*"Cuộc chiến giữa Nhíp
và Quần đùi hoa"*

"Cuộc chiến giữa Nhíp và Quần đùi hoa"

*

Hiện nay trên thị trường đã xuất hiện những cuốn
sách làm giả với chất lượng in kém, nhiều lỗi, giấy
mỏng, nhòe chữ, sai số trang và nội dung. Kính
mong các độc giả cẩn thận khi chọn mua sách.
Để mua đúng bản sách *Cuộc chiến giữa Nhíp và Quần
đùi hoa* do Người Trẻ Việt và NXB Văn học ấn hành,
xin quý độc giả lưu ý:
Cuốn sách *Cuộc chiến giữa Nhíp và Quần đùi hoa*
được trình bày cẩn thận gồm 324 trang nội dung với
chất lượng in rõ nét.

Mọi ý kiến đóng góp về nội dung và bản thảo
xin liên hệ:
Tủ sách Người Trẻ Việt
Email: *nguoitreviet@gmail.com*
Website: *www.nguoitreviet.vn*
Facebook: *www.facebook.com/nguoitreviet.vn*
Tel - Fax: 043 7172 838

LiNi Thông Minh

"Cuộc chiến giữa Nhíp và Quần đùi hoa"

NHÀ XUẤT BẢN VĂN HỌC

Chương 1

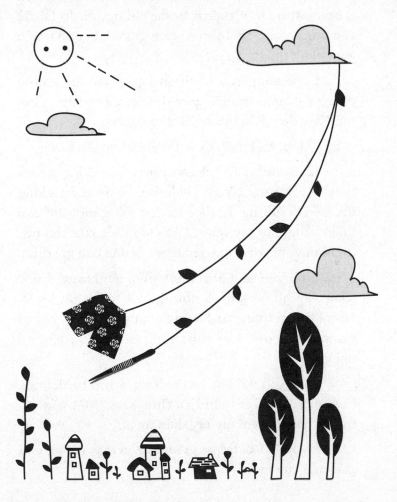

Tôi là một cô gái bình thường lắm. Ngoại hình ở mức trung bình khá, cao có 1m50, mắt hơi xếch, mũi hơi to, ngực lép, bụng bự, mông cong, chân vòng kiềng... Được cái thông minh học giỏi, thầy yêu bạn mến. Tuy nhiên vẫn FA. Bởi tôi khó mở lòng ra với riêng một ai đó, luôn sợ rằng tôi không thể yêu thương được một người trong khi người đó lại rất yêu thương tôi. Tôi luôn sợ cảm giác nhận quá nhiều mà không thể trả lại.

Cuộc sống của tôi luôn lặp đi lặp lại những công việc quen thuộc, ngày đi học, tối về nhà. Cuối tuần học đàn. Khi buồn thì chơi với chó.

Ở lớp, tôi kết thân với một cô bạn tên Linh.

Linh xinh xắn, nhanh nhẹn, hòa đồng và tốt tính. Tôi thương cô ấy nhiều bởi cô ấy cũng giống tôi. Đều là những đứa trẻ cô đơn riêng một thế giới thiếu vắng bàn tay quan tâm chăm sóc của cha mẹ, tự mình vùng vẫy trong những nỗi đau của gia đình.

Linh yêu một anh khóa trên, tên Hưng. Cuộc sống này nhiều khi có những móc xích thật kỳ lạ. Hưng là bạn thân của Hoàng - hàng xóm tôi - người sau này sẽ bước vào cuộc sống của tôi, và làm nó nổi gió.

Sóng gió nổi lên vào một ngày thứ tư đen tối. Linh điện đến ầm ĩ khi trời chưa sáng. Mặt vẫn vùi trong chăn, tôi với tay lấy điện thoại:

- Nói đi. Rồi tao sẽ giảm án cho mày cái tội phá giấc ngủ của tao!

- Mày lên facebook mà xem đi. Ảnh sex của mày ngập tràn facebook của bạn bè ông Hưng nhà tao này.

- Cái gì? Ảnh sex nào? Tao có bao giờ đi bơi hay đi xông hơi công cộng đâu?

- Lên mà xem. Lảm nhảm mãi! Nhớ mua thuốc trợ trim!

- Chim chóc gì? Con thần kinh!

Mò mẫm dậy bật máy tính lên xem.

khóc thét

Trên trang chủ, nick bạn bè tôi lác đác xuất hiện một hình ảnh chụp khung cảnh vô cùng quen thuộc... ban công nhà tôi, chiếc ghế gỗ màu chàm, tôi ngồi mé cửa, gác một chân lên lan can, vô tư ngoặt đầu sang bên phải, tay trái cầm nhíp, mắt soi vào nách, nhổ!!!

Phải nói là RẤT KHÙNG! Tôi có một thằng hàng xóm bệnh hoạn lại thích làm loạn. Biến thái tới mức rình con gái nhà người ta nhổ lông nách rồi chụp hình post lên facebook, tag share khắp nơi kèm theo cái caption vô cùng tưng tửng: "Mới sáng ra đã thấy em hàng xóm ngồi nhổ lông nách". Không biết hắn có não không nữa? Mà chắc là không có đâu. Nếu có thì đã không chụp lại cái hình tởm rồi đem khoe thiên hạ thế kia. Bạn bè của hắn nữa chứ. Tại sao có thể lôi cái hình của mình share khắp nơi với đủ thứ bình luận: "Vãi cả nhổ", "Vãi cả lông"... Trời đất, vãi cả đàn ông.

Lật đật chạy ra giường bấm điện thoại điên cuồng:

- Linh ơi, tao phải làm sao? Mày biết hack nick không?

- Hack con khỉ! Sao mày không chui vào nhà tắm soi gương mà nhổ, ngồi ra ban công làm gì?

- Hôm qua mất điện!

- Tao chịu.

- Giờ tao phải làm gì? Phải làm gì? Trông cái hình tao ngồi oặt ẹo kinh quá.

- Sang mà tấn thằng hàng xóm nhà mày chứ hỏi gì tao?

- Tấn á?

- Oánh đi. Ông Hưng bảo lão Hoàng này hiền với nhát lắm. Anh hùng bàn phím thôi.

- Thằng trời vật! Để tao!

Sao tự nhiên tôi thấy thằng điên này nó xấu xa thế. Người đã lùn, mặt thì đụt đụt ngu ngu, học thì dốt như bò, giờ lại thêm tật bấn tính. Dù gì thì cũng phải xử, xong rồi đường ai nấy đi. Chạy vội vào nhà tắm đánh răng, té nước rửa mặt, buộc lại tóc, tô ít son. Con gái dù có ra trận cũng phải xinh tươi. Sau đó chạy xuống cổng, sang nhà thằng hàng xóm bệnh hoạn, bấm chuông liên tục. Tôi đếm đủ 12 hồi chuông thì hắn mới lò dò đi xuống. Cởi trần, mặc quần đùi hoa màu vàng đỏ lá xanh, đầu tóc bù xù như cái tổ - thiếu mỗi con chim trên đầu. Hắn còn ngái ngủ, dò dẫm mở chốt cửa, thò cái mặt ngu ra hỏi:

- Gì thế? Nhà này không có bán đồng nát đâu!

Đồng nát cái con khỉ. Nhìn bà mày giống buôn đồng nát lắm à? Bà mày mà buôn đồng nát, thì mày là thằng nhặt rác ở bến xe.

Tôi tiến thẳng vào cổng, dồn hắn vào giữa sân rồi lấy hết sức vả cho hắn một phát. Đồ mất dạy!

- Bệnh hoạn! Biến thái! Nghĩ sao mà làm cái trò khốn nạn đó vậy hả? Có nghĩ đến danh dự của con gái nhà người ta không? Đồ điên! Đồ đầu không não! Đồ óc toét! Khôn hồn thì tìm cách gỡ hết cái ảnh đó đi. Không thì tôi sẽ thuê xe cẩu về nghiền nát nhà anh ra. Tôi thề đấy. Con tinh tinh lai khi đột!

Mặt thằng khốn cứ đực ra, mắt lồi to như mắt chuồn chuồn, chắc không hiểu chuyện gì. Nói xong tôi bỏ về. Thằng khùng! Làm phí buổi sáng quý báu của bà. Hùng hục về nhà bật bếp bắc nồi nấu mì tôm ăn. Mặc xác thằng cha hàng xóm đó muốn làm gì thì làm. Tối nay đi học về mà vẫn thấy cái ảnh của tôi thì tôi sẽ cho hắn hiểu thế nào là lễ độ.

Chương 2

Cuộc sống nhàn nhạt của tôi như bị đảo lộn hết lên. Bạn bè tôi có nhiều người chơi thân với khóa trên, nên cái ảnh tôi ngồi ban công, gác chân lên thành ghế nhổ lông nách nhanh chóng được lan truyền từ di động đứa này sang đứa khác. Khổ nỗi tôi mặt dày và nhọn như điếu cày, vẫn sống ung dung, hiên ngang trước thị phi sóng gió. Nhưng đôi lúc xấu hổ cũng dâng ngập lên tận mỏ. Tôi càng thù càng hận lão hàng xóm đến tận xương tủy khi bạn bè thăng chức cho tôi thành *Giáo sư nhổ lông*.

- Tao phải làm gì bây giờ hả Linh?

- Thích mà. Đi đâu cũng có người chỉ trỏ. Chắc mai tao cũng vác ghế ra ban công nhổ quá.

- Con điên!

Tôi lôi cuốn sách Văn ra lẩm nhẩm lại bài cũ. Văng vẳng phía cuối lớp tiếng trêu chọc vọng lên: "Nhíp Hôi! Nhíp Hôi ơi!". Tự an ủi cái tên Nhíp Hôi nghe cũng dễ thương. Cái lớp này, cả năm quây quần với nhau, bộn bề sách vở, bài tập mỗi ngày chất chồng như núi, không còn thời gian mà bàn ra tán vào những câu chuyện nhỏ nhặt vu vơ. Thế mà hai ngày nay cứ ầm ĩ râm ran chuyện "nhỏ Vi ngồi ban công nhổ lông nách". Lũ khỉ, thế thì có gì mà lạ, dễ người nhà chúng bay không bao giờ làm hả??? Hả hả hả??? Bực ói máu! Từ mai quyết tâm tiết kiệm tiền ăn sáng đi triệt lông miễn phí.

- Tao điên lắm rồi nha Linh. Mày nói chúng nó nín ngay chứ còn trêu nữa tao xuống bẻ cổ từng đứa một cho coi!

- Ha ha! Nhưng tao thấy rất hứng thú với vụ này.

- Thú con cú. Tao về đây. Nay tao bỏ học.

- Thật á?

- Ờ, bỏ không?

- Ơ... Có!

Tôi và Linh vác ba lô lên theo đường cổng sau trèo ra khỏi trường. Tôi đi trước, Linh chạy theo sau. Nó cũng quá quen với việc nổi loạn khi tâm trạng không tốt của tôi như thế này. Hôm nay bốn tiết. Lúc đầu tôi định bụng chỉ trốn hai tiết thôi, dắt Linh đi lang thang vòng vèo đâu đó rồi quay về. Nhưng thôi, đã đi rồi thì đi luôn. Cũng chẳng thể học với cái tâm trạng như có côn trùng bò trong bụng thế này.

- Này Vi!

- Nói!

- Tao không hiểu tại sao?

- Sao cơ?

- Mày lại bực bội chỉ vì mấy cái lông?

- ...

Ừ nhỉ. Ngẫm đi ngẫm lại, cũng có cái gì quan trọng đâu! Tại sao tôi lại nổi khùng đến mức bỏ cả học?

- Mày chỉ là người bình thường, không xinh đẹp, chẳng hot girl, mấy ai biết mày đâu. Cái ảnh đó cũng không khiến nhân cách mày sứt mẻ tí nào, không giúp mày giàu lên hay làm mày nghèo đói đi. Mày làm sao phải thế?

- Thế thôi lại quay về học đi!

- Ha ha! Con khùng! Hôm nay tao thích chơi! Đi thôi. Kỉ niệm ngày nhổ lông thế giới!

Chúng tôi, hai đứa trẻ cấp 3, lưng đeo ba lô, đầu đội nón kết, lê lết trên xe bus ra Hồ Gươm chơi. Bây giờ nhắc vẫn còn nhớ ngày hôm ấy. Linh và tôi mặc áo trắng, tóc buộc đuôi gà lúc lắc sau lưng, cười đến mỏi miệng khi chậm chậm hỏi một người khách Tây: "Sir! What time is it?", rồi người ta đưa tay lên xem đồng hồ và trả lời dõng dạc: "9 giờ rồi các cháu!". Xuống bến xe mà tôi với Linh vẫn há miệng ra cười, tự thấy mình quê hết sức. Tôi dắt Linh đi bộ một vòng quanh hồ, mua kem ăn, chụp ảnh, cùng nhau lòng vòng qua phố sách Đinh Lễ, đứng coi cọp sách đến mỏi chân rồi lại dắt tay nhau lên gác hai café Đinh ngồi ngắm một mảnh Hà Nội.

Tôi gắn bó với thành phố này đã 5 năm. Đủ dài để hiểu, để cảm nhận những gắn kết với cuộc sống của mình hằng ngày. Tôi chống tay lên lan can, dựa cằm vào, im lặng. Linh gọi cho tôi một cốc long nhãn lồng hạt sen ngọt lịm, còn cô ấy uống chanh tươi không đường, chua loét. Cái sở thích cũng giống hệt chính tâm hồn cô ấy, không hề ngọt ngào và luôn khiến người khác nhăn mặt khi nếm. Thế nhưng chỉ có tôi mới đủ bình tĩnh để trải nghiệm hương vị chanh không đường, thơm thanh khiết...

- Mày đang nghĩ gì thế? - Linh chọc chọc.

- Lung tung.

- Hầy, không biết hôm nay có bị ghi sổ không nữa. - Linh thò tay vào cốc nước chanh rồi đưa lên mồm mút mút. Kinh quá!

- Tao nhắn tin bảo Nhật xin phép hộ rồi.

- Đi xem phim nhé!

- Ờ.

- Mày đang nghĩ gì?

- Linh tinh.

- Con điên!

- Ô?

- Ha ha!

Linh kéo tôi đi xem phim cho đến tận tối mịt mới về. Xe đạp để ở trường, tôi bắt chuyến bus đi qua ngõ nhà tôi, xuống xe rồi lững thững tản bộ. Con đường nhỏ đi về nhà quen thuộc tới mức có thể đếm được từng bước chân. Một tay giữ quai ba lô, một tay đung đưa bên sườn, tôi... hát! Thỉnh thoảng tôi như con dở, bất chấp người đi đường, cứ nghêu ngao mấy bài hát thiếu nhi từ đầu ngõ. Bà Tám đứng lum khum dưới mái hiên ở cửa hàng tạp hóa, tay vẫy vẫy gọi tôi:

- Vi, con về muộn thế?

- Dạ nay con học thêm giờ, bà nấu cơm chưa?

- Ăn xong xuôi rồi. Cho con này!

Tôi chìa tay ra, bà đổ vào tay tôi mấy thanh kẹo lạc tự làm. Chưa ăn mà đã thấy ngọt lịm. Ngày nào cũng như ngày nào, đi qua đây tôi đều được bà Tám dúi cho mấy cái kẹo, bà bẹo bẹo hai cái má gầy nhom thịt của tôi rồi mới cho về.

- Còn cái này nữa. - Bà đưa cho tôi một cái dây thun may bằng vải để buộc tóc. - Sao bà thấy con cứ lấy khăn đỏ buộc tóc là thế nào?

- Dạ con thích!

- Con gái con đứa thứ gì! Lôi thôi!

- Hì hì, con về nha bà!

- Cẩn thận đó Vi, bà thấy thằng Tùng nó ngà ngà say rồi đấy.

- Dạ!

- Đừng để bị đánh nữa nha con!

- Dạ!

Tôi chạy nhanh về nhà. Ki đã đứng đợi tôi từ lâu rồi. Thò tay mở chốt cổng, tôi bước vào gục mặt lên vai Ki.

- Òa, mệt quá Ki ơi!

Ki đáp lại bằng mấy tiếng "gâu gâu", đuôi vẫy tít mù. Ki là giống béc-giê to phải gấp đôi người tôi, nên tôi thích cảm giác vùi mặt vào bộ lông bông xù to đùng của nó. Ki thè lưỡi liếm nhẹ vào tay tôi. Còn tôi thì lần xuống bụng em kiểm tra. Lép kẹp!

- Trời ơi... Trưa nay em không được ăn cơm à?

Ki trả lời bằng mấy tiếng rên ư ử. Nhìn quanh sân, không có xe của mẹ, chắc hôm nay mẹ không về. Tôi mở ba lô lấy tạm cho Ki cái bánh ngọt, ngồi bệt ở góc sân nhìn em ăn xong, tháo xích và nhẹ nhàng đi vào nhà. Bố đã ngủ. Nhà sực hơi rượu. Tôi rón rén đi trước, Ki bước theo sau không một tiếng động. Vào phòng rồi đóng chặt cửa lại. Tôi ngồi xuống bên cạnh Ki, thở đều cho đỡ mệt. Thế là kết thúc một ngày phá phách. Tôi lại trở về với góc phố rêu phong của mình, với những đồ vật nhỏ xinh và những bản đàn quen thuộc.

Mở điện thoại lướt face xem xét tình hình...

Trời đất quỷ thần ơi! Cái ảnh tôi nhổ lông nách vẫn chình ình ở face cá nhân tên Hoàng khốn kiếp, thậm chí còn được ưu ái đánh dấu sao to đùng. Ức chế không chịu được, tôi mò vào comment:

"Ê mày, mày rảnh như con cá cảnh vậy mày? Có mỗi cái ảnh này sao mày ngồi gặm suốt từ hôm qua được mày?"

Chưa đầy một phút sau hắn trả lời:

"Ờ, sao không mày? Tức hả?"

Sau đó bạn bè hắn vào comment loạn xị ngậu: "Đây hả, em Nhíp đây hả?", "Ủa cô gái nhổ lông đây hả Hoàng =))". Hắn thản nhiên trả lời: "Chính y và đồng bọn, con đàn bà tay sắt."

Tao tức đó, thằng óc chó! Không tức mới là lạ đấy, tiên sư mày đồ biến thái!

Lòng tôi hừng hực lửa, kiểu này phải đi tắm cho mát. Tôi đứng dậy phi lên gác thượng rút quần áo. Vừa rút vừa nguyền rủa. Ngó sang bên trái, thấy phất phơ trên dây phơi mấy cái quần đùi hoa. Thằng này một tuần nó mới giặt quần một lần hay sao ấy. Khiếp, hoa hoét xanh đỏ vằn vện, vãi cả quần. Tôi với ngay lấy cái gậy rút quần áo, kéo kéo mấy cái quần về phía mình rồi trèo lên thanh sắt rút thật lực. Này thì quần đùi hoa hòe hoa sói. Lần này bà cho mày từ anh hùng bàn phím thành thằng bé cởi truồng luôn.

Rút xong xuôi, tôi ôm mấy cái quần nhảy nhởn ở sân thượng nhà mình. Cái cảm giác trả thù sao mà nó sung con bà sướng thế cơ chứ. Hí hí! Đang phấn khích thì bên ban công nhà hàng xóm nghe cạch một cái. Giật bắn mình quay sang... thằng hàng xóm trời vật mặt ngu lò dò đi lên. Chắc rút quần áo. Tôi đứng nghiêm, chỉnh ngay lại tư thế thù địch.

Ha ha, thằng khùng mặt đần thối ra khi phát hiện đống quần của hắn đang nằm gọn trong tay tôi. Gì hả thằng kia? "Mày tức hả" à? "Con đàn bà tay sắt" à?

- Ơ... Đằng ấy... cho tớ xin! - Hắn xuống nước thỏ thẻ.

Xin cái bờ lin tin xin. Ngọt thế mày!

- Mơ nha cu! Dám chơi chị à...!

Nói rồi tôi cúi xuống, nhét đống quần của nó vào ống thoát nước trên sân thượng. Làm xong nguẩy mông đi thẳng, mặc cho tên kia đứng thất thần trên sân thượng. Dám chọc tức chị mày à, không dễ đâu.

Đi xuống phòng, tôi lấy mấy miếng kẹo lạc bà Tám cho bỏ mồm nhai rôm rốp, ôm chặt Ki vào lòng hú hét. Lúc ấy, trong lòng tôi đã lờ mờ nhận thấy, ngay cả từ lúc ghét cay ghét đắng, Hoàng đã có thể khiến tôi quên đi mọi thứ phiền muộn mà cười vui như thế nào.

Trên face của hắn hôm nay xuất hiện status mới: "Âu mai gót! Chỉ vì mấy cái lông nách mà mất quần đùi! T_____T"

Chương 3

Đêm hôm ấy mẹ về muộn. Nằm ôm Ki dưới sàn, tôi nghe rõ từng tiếng cãi vã, cốc chén rơi loảng xoảng. Ki ngẩng đầu lên, dỏng tai nghe, rồi thấy những âm thanh đã quá quen thuộc, em lại nằm xuống, mắt buồn buồn nhìn tôi. Tôi cười vuốt nhẹ lên tai em. Đừng sợ. Cuộc sống nhàm chán quá, bố mẹ phải va chạm cho vui. Cũng vì mải đi chơi nên không kịp qua chợ mua đồ ăn, tối nay tôi với Ki chỉ lót dạ bằng mấy miếng bánh ngọt, vài mẩu mì tôm Hảo Hảo sống. Cứ bỏ mồm một miếng, tôi lại bẻ cho Ki một miếng, hai chị em ngồi nhai rộp roạp, mặc kệ sự đời. Vừa ăn tôi vừa nghĩ, ở bên bức tường kia, tên hàng xóm đang làm gì? Ngồi cay cú chửi rủa tôi hay đau đớn tiếc nuối mấy cái quần? Nghĩ cũng khổ, nhìn mặt thẫn thờ của hắn, tôi cũng nhận ra mấy cái quần đùi hoa quan trọng với hắn như thế nào. Thôi thì mình cũng không phải dạng thù dai và nhỏ nhen đến mức thế. Tôi đứng dậy chạy lên tầng thượng, rút mấy cái quần từ ống thoát nước ra rồi đem xuống để mai giặt.

Mải suy nghĩ quá, tôi chẳng để ý bố Tùng đã đi lên gác, bố đứng ở cửa phòng tôi, miệng lẩm bẩm. Tôi giật thót, chân bắt đầu run.

- Bố... chưa ngủ ạ?

- Liên quan gì đến mày? Con đĩ non!

Tôi tiến thẳng đến đẩy mạnh bố ra rồi vào phòng đóng cửa lại sau khi quăng trả một câu:

- Xin lỗi, bố đừng vơ đũa cả nắm. Làm gì cũng được nhưng đừng xúc phạm tôi.

Đêm hôm ấy tôi nằm mơ rất nhiều. Về bức tranh hạnh phúc tuyệt đẹp khi tôi còn bé - lúc ấy bố Tùng và tôi đều nghĩ chúng tôi là ruột thịt của nhau. Nhưng cuộc đời này lắm khi trêu ngươi quá. Trời cho trò chơi mà. Chẳng biết trách ai, cũng chẳng trách được mẹ - người đàn bà lỡ đường đi lạc, lại càng không trách được bố - người đàn ông vô tình mọc sừng. Làm sao có thể yêu thương nữa khi biết sự thật đứa con gái chính tay mình chăm bẫm bao nhiêu năm lại là con của vợ mình với một người đàn ông khác! Cơ mà cũng chẳng sao, tôi thì đơn giản lắm, không yêu tôi nữa thì thôi, tôi tự yêu bản thân mình. Ok?

Hiu hiu... Thật ra thì có lúc chẳng thấy ok như mình vẫn nghĩ, vẫn buồn, vẫn tủi, vẫn hờn vu vơ. Nhưng rồi mọi thứ lại qua đi, tôi vẫn có một gia đình, vẫn là một cô bé chăm ngoan trong mắt thầy cô và bè bạn, thế là quá đủ rồi. Tự thấy mình vẫn còn may mắn khi không bị tống ra ngoài đường, cho dù thường xuyên bị thượng cẳng chân hạ cẳng tay, luôn phải nghe chửi mắng, ăn uống cũng phải rón rén vụng trộm... Riết thành quen. Cuộc sống vẫn lặp đi lặp lại những công việc quen thuộc, ngày đi học, tối về nhà, cuối tuần học đàn, khi buồn thì chơi với chó.

Mỗi sáng, Ki gọi tôi dậy bằng cách liếm nhẹ vào má tôi. Nếu tôi ậm ẹ, em sẽ im để tôi ngủ thêm chút nữa rồi lại gọi, dữ dội hơn. Đêm qua không đóng cửa sổ nên tôi tỉnh giấc sớm hơn mọi ngày vì nắng chiếu ngập phòng. Ki vẫn đang thiu thiu ngủ. Đứng dậy vươn vai, tôi ngó ra cửa sổ ngắm đường. Bất giác nhìn sang nhà bên, mắt tôi như lồi ra khi thấy tên hàng xóm đang... tập thể dục. Nhưng mà... tập thể dục gì mà uốn uốn éo éo như con giun đũa, hắn cởi trần, trên người mặc mỗi cái quần đùi kẻ sọc cũ xìn - kiểu quần đùi của các ông cụ ngày xưa. Tôi lao ngay vào giường, cầm điện thoại chạy lại phía cửa sổ, nhẹ nhàng bật camera rồi thò ra chụp cảnh tượng "hoành tá tràng" kia. Cạnh giàn tường vi, một chàng trai ái ái đang uốn éo luyện hàng.

- Hoàng!!!! Có cần tao ra ban công mắc màn cho mày ngủ không? Làm cái quái gì cũng lâu thế? Trâu chậm chỉ có uống nước đục thôi con ạ!!!

Tôi cười gần chết. Dù to mồm hung hăng ở đâu thì khi về nhà cũng bé xíu dưới chân mẹ. Tôi quay vào nhà tắm, vừa đánh răng, vừa chỉnh lại màu ảnh một chút rồi post lên facebook:

"Hôm nay trời nhẹ lên cao

Quần đùi không sịp ra ngoài cào hoa"

Ngày mới mát mẻ quá. Ki sủa nhặng lên chào tôi khi tôi chốt cửa đi học. Chạy tung tăng trên đường, tôi thầm nghĩ cái cảm giác trả thù dễ khiến người ta hưng phấn thế sao? Biết bao bài học về sự tha thứ phải chăng là chỉ có ở trên sách vở? Mở máy ra nhìn thấy cái hình tên hàng xóm uốn éo là tôi lại cười như con dở. Thằng này cao có đến mét rưỡi không nhỉ? Sao trông lùn quá vậy.

Vừa tới lớp, Linh đã lôi tôi vào bàn xì xầm xì xầm. Phía cuối lớp mấy đứa gọi vọng lên: "Vi ơi, mày được lắm! Được!". Được cái đầu chúng mày. Lũ ba phải. Linh mở mở điện thoại dí vào mắt tôi: "Này này đọc nhanh đọc nhanh, chửi lại nhanh nhanh! Thằng Hoàng này mồm mép như đàn bà!". Tôi bấm điện thoại đọc comment. Lẫn trong đống comment của lũ bạn bè cười nói trêu đùa là comment của Hoàng, dài như Vạn lý trường thành:

"Gửi cô gái nhổ lông nách bên cửa sổ! Tôi không biết cô có liêm sỉ không mà chơi cái trò trả đũa này. Nhưng điều đó càng khiến tôi và mọi người hiểu thêm về nhân cách của cô thôi. Cái loại con gái vô duyên, giữa thanh thiên bạch nhật bê ghế ra ngoài trời phơi nách nhổ lông, người ta cho một bài học nhớ đời còn không biết đường sửa đổi, lại ôm hận và tìm mọi cách trả thù. Hết ăn cắp quần đùi lại chụp hình hàng họ. Chính cô lúc trước chửi tôi não toét, vô văn hóa, giờ cô lại nghiễm nhiên chèn lên vết xe đó. Thử hỏi cô là thể loại gì? Là người thì đừng tự tay bóp ấy! Nhá! Thân mến!".

Tôi hoa hết cả mắt. Không ngờ hắn có thể viết ra những lời lẽ trơ trẽn như thế, trong khi hắn là người châm ngòi cuộc chiến mang tính chất bẩn bựa khốn nạn này. Được. Thích chửi ư? Tao sẽ không cho mày như ý đâu. Tôi lấy điện thoại đăng nhập face rồi xóa bình luận của hắn luôn. Cứ lúc lúc tôi lại vào face để xem, hắn post lại thì tôi lại xóa. Thế đấy! Làm gì được?

Cả lớp tôi lại được phen ầm ĩ lên. Một nửa thì theo phe Hoàng, chỉ trích tôi, một nửa thì theo phe tôi, chửi rủa Hoàng. Nhỏ Linh thì chỉ cười hô hố. Còn tôi vẫn bình thản. Đã chơi thì chơi đến cùng. Vi này chưa biết sợ gì bao giờ đâu!

Đến buổi chiều, khi đã bị tôi xóa comment cả thảy bảy lần, Hoàng inbox cho tôi, thái độ điên cuồng hơn: "Này con điên kia! Trước mày sang face tao chửi rủa, còn lao sang cả nhà tát tao lật mặt, tao có nói gì làm gì xóa dấu vết đâu? Sao mày chơi bẩn thế? Sao mày xóa bình luận của tao?".

Tôi chầm chậm trả lời: "Ô thằng điên, xóa comment của mày cũng giống như việc mày sang nhà tao ỉa bậy, tao đã không muốn bắt phạt mày phải phơi đít cho thiên hạ xem, còn lịch sự đi dọn cho mày, mà giờ mày lại sang đây đòi bậy tiếp là sao? Ngày xưa tao sang bậy nhà mày mày không dọn là việc của mày, sống bẩn thỉu quen rồi. Còn tao thì tao không chịu được mùi thối, tao xóa. Biến!".

Hắn trả lời ngay lập tức: "Con đàn bà điên!". Tôi lại chậm chạp nhắn lại: "Con đàn ông điên!".

Chương 4

Tối hôm ấy nhà mất điện. Tôi phải mò mẫm mãi mới mở được cửa. Ki lao vào lòng tôi nũng nịu, đòi được tôi vuốt ve xoa dịu vì bị nhốt ở nhà cả ngày. Tôi ngồi gục vào Ki hồi lâu, xua đi mọi buồn phiền mỏi mệt. Ngôi nhà tối om, bao quanh tôi một màu đen nhàm chán. Ki ngồi yên cho tôi ôm. Tôi nhớ những ngày đầu tiên Ki đến bên tôi, em nhỏ như một con mèo, bị tách mẹ quá sớm nên khóc suốt. Đêm đêm tôi ủ ấm em trong tay, bón cho em từng thìa sữa, nâng niu em từng phút từng giây. Ki lớn nhanh lắm, quấn quýt bên tôi như hình với bóng, chẳng ai có thể tách rời. Ki như chiếc đồng hồ báo thức, luôn nhắc nhở tôi những việc cần làm trong ngày; như một người bạn, sẵn sàng lắng nghe, sẵn sàng cho tôi mượn vai để gục vào. Mỗi lần tôi bị bố đánh, Ki chẳng dám can ngăn, bởi Ki hiểu bố Tùng cũng là chủ của em. Em chỉ lặng thinh chui xuống gầm bàn buồn bã, và chờ đợi. Đêm xuống, em nhẹ nhàng đi lên tầng, cào vào cửa để tôi mở ra cho em vào. Trong góc phòng, em lặng lẽ nằm cạnh, liếm nhẹ lên những vết thương. Tôi và em - như hai đứa trẻ bị cả thế giới này bỏ rơi. Ở bên. An ủi nhau cho qua ngày qua tháng.

Hôm nay cũng vậy. Trong căn nhà tối đen, một đứa trẻ về nhà của chính nó, chẳng có lấy bàn tay nào đưa ra đón, chẳng một câu hỏi thăm sau những giờ phút mệt nhoài, chỉ có bờ vai của một đứa trẻ khác. Cũng cô đơn và hờn tủi như vậy. Tôi dụi sâu vào bộ lông của Ki. Tôi còn có những niềm vui khác ngoài cuộc sống, về Linh, về Hoàng, về trường lớp. Còn

Ki... ngày nào cũng như ngày nào, em quẩn quanh trong ngôi nhà lạnh lẽo chờ đợi tôi về. Chờ đợi để được vuốt ve an ủi. Giá như tôi có thể đem Ki đi học nhỉ. Mọi thứ sẽ ấm áp biết bao.

Ki đứng dậy vùng ra khỏi vòng tay tôi. Em biết cần phải nhắc nhở tôi ăn uống cẩn thận. Tôi bám vào đuôi Ki đi vào chỗ để đèn pin, bật lên. Chắc đêm nay bố mẹ đều không về. Soi đèn vào tủ lạnh. Oa... May quá, hình như mẹ mới đi siêu thị, có xúc xích, cá, nem, rau, củ, quả. Tôi nháy mắt với Ki: "Tiệc đêm đi!". Ki nhảy cẫng lên, vẫy đuôi tít mù. Tôi lôi đống đồ ăn ra bàn bếp rồi đi tìm hết mọi thứ nến trong nhà có, thắp lên, lung linh. Vừa làm bếp tôi vừa ngoáy mông và hát. Ki cứ nhảy loi choi với lên thành bếp chơi cùng tôi. Có những buổi tối vui đến mức cười mỏi miệng, dù ngôi nhà chỉ có một cô gái và một con chó.

Ăn xong tôi cầm đèn chạy lên tầng thượng rút quần áo, mấy cái quần của Hoàng tôi đã giặt sạch và phơi chỗ khuất để hắn không nhìn thấy. Bỗng nghe tiếng mẹ Hoàng gọi vang vang:

- Hoàng! Sang nhà cô Thi lấy cho mẹ cái đèn tích điện!

Tôi áp mặt vào mấy thanh sắt nghe cho rõ, mặt hóng hớt ghê gớm.

- Mẹ lấy giúp con đi. Con không sang cái nhà đó đâu.

- Mày sang lấy ngay cho tao đơm cái cúc quần không từ mai tao cắt mạng thì hết dùng.

Ồ yê! Hoàng sắp sang nhà tôi. Vội ôm đống quần đùi chạy như bay xuống phòng, buộc lại tóc tai, thay quần áo đẹp, xỏ đôi guốc gỗ, cài thêm cả cái thước đằng sau mông để phòng đánh nhau. Xong đâu đó tôi ngồi ôm đèn chờ đợi. Chỉ khoảng 10 phút sau là cổng nhà vang lên tiếng gọi. Tôi đợi một lúc rồi mới đi ra, mặt hầm hầm:

- Gì thế? Nhà này không có bán đồng nát đâu!

Hoàng lồi mắt ra nhìn:

- M... À không! Mẹ tôi bảo sang nhà đằng ấy lấy cái đèn tích điện.

- Đèn nào?

- Đang cầm trên tay đấy!

- Đèn này nhà tôi mà!

- Nhưng mẹ ấy mượn mẹ tôi.

- Thì ấy đi mà đòi mẹ tôi.

- Ô đệt...

- Gì? Nói gì?

- Không, đòi đèn.

- Đã bảo đi đòi mẹ tôi mà.

- Con kia, bố không đùa đâu nhá, trả đèn đây!

- Con cóc trả. Sao không bố?

- Con thần kinh! Không đưa thì đừng trách!

Hoàng sửng cổ lên rồi dứ nắm đấm trước mặt tôi. Hờ. Như trẻ trâu dọa nhau ấy. Tôi đá đá Ki. Em nhảy xổ hai chân trước lên cửa rồi sủa gầm lên làm Hoàng sợ chạy biến ra đường. Mấy phút sau hắn lại lò dò vào, lần này mềm mỏng hơn:

- Thôi đưa đèn đi. Tôi biết ấy không phải loại mặt dày.

- Nhầm! Mặt tôi dày lắm!

- Khốn kiếp, mày đưa đèn tao đây không tao vào cạo cho mặt mày mỏng bớt giờ.

- Vào đây mà cạo.

Tôi vênh mặt thách thức. Có cho tiền cũng không dám vào. Hoàng đứng cấu tường một lúc không làm gì được. Điên quá quay về nhà hắn hét ầm lên: "Mẹ ơi, con cô Thi bảo mẹ sang mà đòi thì nó mới trả". Tôi vội mở cổng bê cái đèn tích điện nhà hắn ra. Mặt vênh lên như súng xe tăng, nhằm trúng mục tiêu, quyết tiêu diệt sinh lực địch. Hoàng có vẻ sợ, lùi lại gần gốc cây trước cổng nhà hắn. Tự dưng thấy vẻ mặt rúm ró vì hoảng hốt của Hoàng, tôi bỗng dừng lại. Ánh mắt tôi tội kia làm tôi chợt nhớ đến cảm giác hoảng loạn của mình mỗi khi bố say rượu lôi ra đánh đập. Hoàng cũng có những biểu hiện y hệt như thế. Như con vật đáng thương bị bắt nạt và ép vào đường cùng mà không hề có ý nghĩ sẽ phản kháng lại.

Tôi đã làm Hoàng sợ đến thế sao?

Đứng im. Tim tôi bỗng đập nhanh liên hồi. Hoàng vẫn đứng đó, dựa lưng vào gốc cây, hai tay dứ dứ trước ngực tư thế chống đỡ. Không được! Mày đang nghĩ cái quái gì thế Vi? Nó là thằng mất dạy biến thái đã chụp ảnh rồi post lên mạng để hạ thấp danh dự mày đấy. Lắc đầu thật mạnh, rũ mấy ý nghĩ yếu đuối ra khỏi đầu, tôi tiến tới thật nhanh trước khi tên hàng xóm kịp phản ứng, cầm cái đèn tích điện tống thẳng vào ngực hắn, lấy hết sức thọi vào giữa mặt hắn một quả đấm trời giáng. Xong xuôi. Quay gót ra đi. Hắn ú ú lớ ngớ kêu: "Mẹ ơi con cô Thi đánh con!!!". Tôi quay lại, lấy đà đá cho hắn một phát thẳng ống chân. Này thì ăn vạ, la làng!

Tôi vào nhà và đóng cửa lại, chẳng thèm để ý xem sau đó Hoàng thế nào. Cảm giác trả thù không còn thích thú như trước nữa. Ánh mắt của Hoàng khiến tôi buồn. Dụi dụi vào vai Ki, tôi thủ thỉ: "Chị sai rồi phải không Ki?". Tối hôm ấy tôi không lên facebook, một phần do mất điện, điện thoại hết pin, một phần tôi không muốn nghe mấy thằng anh hùng bàn phím cứ bâu xâu vào chửi một đứa con gái chả quen biết. Mà cuối cùng thì tôi có lỗi gì chứ? Tôi ngồi ở nhà tôi cơ mà, có ngồi giữa đường nhổ lông nách đâu?

...

Cả ngày hôm sau cũng diễn ra nhàn nhạt, tôi cắm đầu vào bài vở để quên đi những rắc rối của mấy ngày vừa qua. Những bài đạo hàm, tích phân kéo tôi vào thế giới của những con số. Linh ngồi cạnh tôi, cũng miệt mài với tập bài thi tiếng Anh. Đôi khi, một vài cơn gió thổi những chiếc lá bay vào cửa sổ để nhắc nhở tôi rằng, hôm nay là một ngày rất đẹp!

Sẽ chẳng có gì nổi bật nếu chiều hôm ấy không xảy ra chuyện dở khóc dở cười như thế này. Đạp xe về nhà, còn cách khoảng 2 cây số, tôi nhìn thấy một cảnh tượng rất chi thi vị. Một thằng thanh niên đầu đỏ, tóc xiên xiên ngả nghiêng như rừng cây sau cơn bão, đứng bên gốc cây. Đã đái bậy thì hãy bậy một cách ý nhị và lịch sự một tí chứ! Đằng này, một tay cầm điện thoại đưa lên tai, một tay huơ huơ chém gió. Lần đầu tiên trong đời tôi hiểu được tận cùng ý nghĩa của cụm từ: "vãi đái".

Linh phanh kít xe lại bên cạnh tôi, quát ầm lên:

- Con điên, nó đứng đái bậy mà mày nhìn gì thế?

- Mày có 5 nghìn lẻ ở đấy không?

- Có.

- Đưa tao!

- Làm gì?... Đây!

Tôi cầm tờ tiền Linh đưa cho, xuống xe, đi sang bên đường, tiến đến chỗ thằng thanh niên đang đái bậy, vỗ vai nó. Thằng đó ngoái lại, mặt đơ ra, hạ điện thoại xuống, vẫn còn nghe léo nhéo tiếng nói chuyện trong điện thoại. Tôi thản nhiên hất hàm:

- Nhà vệ sinh công cộng ngay bên đường kia kìa, 2 nghìn một lượt thôi, còn 3 nghìn thừa thì mua kẹo dừa mà nhai!

Quẳng tiền vô mặt nó xong tôi đi thẳng. Thằng này chắc choáng váng lắm. Đái mà cũng không yên!

Bạn bè trong lớp chúng nó hay gọi tôi là Vi khùng, vì đơn giản là tôi hay làm những việc rất khùng. Trên đây là một ví dụ.

Ngẫm lại, đừng hỏi vì sao mình hay bị đánh vô cớ!

Chương 5

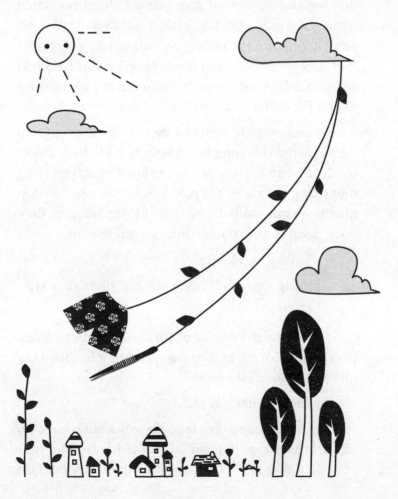

Linh đưa tôi về đến gần nhà rồi rẽ về đường nhà nó. Trước khi quay xe nó còn dặn cố: "Mai nhớ trả tao 5 nghìn đấy. Bố khỉ, tự nhiên đái bậy mà cũng được năm nghìn."

Tôi cười rồi đạp xe đi tiếp. Ngày hôm nay tôi đã tặng cho nó những cảm xúc gì? Buồn bực chán nản là gam màu chủ đạo. Không biết đêm nay bố mẹ có về không. Có thể không về, nhưng hãy gọi cho tôi một cuộc điện thoại dặn dò tôi ăn uống học bài khóa cửa cẩn thận chứ! Đằng này đối xử với tôi như tôi không hề tồn tại trong cuộc sống của họ vậy.

Mải suy nghĩ đến nỗi đạp xe đi quá ngõ nhà mình, tôi thở dài vòng lại. Hoảng hồn khi thấy thằng tóc đỏ đái bậy lúc nãy phi xe ầm ầm đến chỗ tôi cùng một thằng tóc vàng. Tôi ngoặt ngay vào ngõ, cố đạp nhanh nhanh chút để về nhà. Mừng húm vì thấy bóng dáng Hoàng đằng trước, tôi gọi với lên:

- Hoàng ơi, Hoàng!!!

Hoàng ngoảnh lại thấy tôi, mặt nhăn như khỉ:

- Giề?

- Cho tui đi cùng nhé! Tui bị hai thằng mất dạy bám theo! - Tôi chỉ ra đằng sau, Hoàng nhìn theo tay tôi chỉ, rồi quay lại bảo tôi:

- Không, mặc xác mày!

Hắn đi thẳng, bỏ mặc tôi với khuôn mặt đơ như trét xi măng. Tại sao lại có thể hành động như vậy chứ thằng khốn kiếp kia? Bao nhiêu suy nghĩ tốt đẹp còn sót lại của tôi dành cho tên hàng xóm trời đánh đã vỡ tan một cách tàn nhẫn. Hai tên đầu màu phi lên chỗ tôi, bắt đầu buông lời nhảm nhí:

- Em! Cho anh xin số điện thoại.

[Tôi quyết im lặng, mặt như đóng băng, dù tay mướt mồ hôi vì có phần hoảng sợ]

- Em! Cho anh xin số đê!!!

[Vẫn im]

- Em ơi! - Tên đầu đỏ với tay chạm vào tay tôi.

- Bỏ ra đồ điên. Lúc nãy đã rửa tay chưa??? - Tôi gào lên.

- Anh lau bằng khăn giấy thơm rồi, đây này! - Thằng tóc đỏ rút túi khăn giấy xanh xanh ra cho tôi xem và mặt nghiêm túc như muốn chứng minh điều nó đang nói là đúng.

- Mặc xác anh, đừng đụng vào tôi!

- Cho anh xin số.

- Xin xin cái *abcxyz*

- Em thật cá tính. Anh lại càng muốn xin. Cho anh đi.

- Tránh xa tôi ra!

Đời lắm thằng bệnh hoạn! Vừa tức thằng đái bậy vừa căm thằng hàng xóm, tôi phóng nhanh, miệng gọi to: "Bà Tám ơi con về rồi!" để hai thằng kia bỏ đi. Thằng tóc vàng bạn tên đái bậy tự nhiên vọt lên, quay sang tôi gắt:

- Con lắm điều này nói nhiều làm gì!

Nói xong nó đạp cho tôi một cái bắn cả người lẫn xe vào góc vỉa hè, tay đập xuống đất sượt một đoạn ngắn, xước đau tê tái. Đồ khốn, tao làm gì mày mà mày đạp tao? Tôi đứng dậy gọi bà Tám to hơn, ầm ĩ cả ngõ nhỏ, có mấy chú gần đó ngó ra xem. Hai thằng du côn thấy thế ngoảnh đầu xe lại phóng đi, để lại một mình tôi đứng cạnh cái xe đạp chỏng chơ ở góc đường. Tự nhiên nước mắt nước mũi giàn giụa. Chẳng vì gì đâu, bị bắt nạt riết quen rồi, nhưng thèm được che chở bảo vệ chứ không phải gồng mình gánh chịu một mình thế này. Tôi ngồi xổm xuống, di di mắt vào đùi để lau nước mắt, nhặt sách vở bị văng vương vãi trên mặt đường vào cặp rồi dựng xe dậy dắt về nhà.

Từ giây phút ấy, tôi tự nhủ sẽ không cần ai cả. Không bao giờ thèm nhận một chút quan tâm hay xót thương từ ai hết. Nước mắt mặn đắng của bao ngày vừa qua, một mình tôi nếm, khóc thì tôi tự lau đi, ngã thì tự đứng dậy. Lếch thếch về nhà, tôi đếm từng bước một, chậm chạp. Tôi sẽ gục vào Ki cho quên hết mọi thứ rắc rối vừa xảy ra. Mở được chốt cổng, nước mắt tôi lại rơi vô thức, không thể nín được. Bất giác nhìn sang sân nhà bên, thấy Hoàng đứng đó, mặt thất thần nhìn tôi. Cũng biết lo lắng khi nhìn con gái khóc ư? Tôi không cần thương hại đâu, hàng xóm ạ. Tôi sẽ không bao giờ quên được mối thù ngày hôm nay đâu, tôi sẽ luôn ghi nhớ, không bao giờ quên.

Quẳng lại cho Hoàng một ánh nhìn khinh bỉ rồi dắt xe vào nhà. Vẫn một mình. Cửa chính mở ra, tôi òa vào lòng Ki và khóc tiếp, trôi đi những tủi hận trong lòng. Con gái sẽ ổn hơn sau khi khóc. Chắc chắn thế!

Tôi vẫn thường tặng cho mình những giấc mơ thật đẹp mỗi khi ngủ, chỉ có tôi và Ki thôi, chạy nhảy trên một đồng cỏ xanh đầy gió, không hề có ánh mặt trời vì mây đã che cho tôi được râm mát. Ở nơi bình yên ấy, tôi hát những bài ca của mình, chạy nhảy chán thì nằm lăn xuống bỏ, bứt vài nhánh hoa đồng nội lên tận hưởng vị thơm. Mọi thứ thật tuyệt vời. Tôi không thích thành phố, không thích hình thù những ngôi nhà cao chọc trời. Tôi có cảm giác nó như những nhà tù, nhốt tâm hồn và trái tim những đứa trẻ như tôi, ngày này qua ngày khác. Tôi chỉ muốn được tháo giày ra và chạy, cho đôi chân trần lướt trên nền sương mát ngọt, cho nụ cười hòa với gió.

Sau một đêm nước mắt vẫn còn chảy trong giấc mơ, tôi thức dậy với cái mặt sưng húp. Lảo đảo lên tầng thượng rút quần áo thì hoảng hồn khi thấy hai cái áo trắng của mình bay đâu mất trong khi móc phơi vẫn còn trên dây, chạy loanh quanh khắp sân thượng, thò đầu ngó sang sân vườn nhà xung quanh xem có bị bay xuống nhà họ không, vẫn chẳng thấy đâu. Muộn học mất, sao nhiều chuyện đổ lên đầu cùng một lúc thế này. Vội chạy xuống tủ, lục tung đống đồ để tìm một cái áo đồng phục cũ, chẳng kịp là lại cho phẳng phiu, tôi mặc vội, sắp xếp quần áo, xuống bếp nấu bữa sáng cho Ki măm, cuống cuồng khóa cửa lấy xe phi đi.

Một ngày Thực sự tồi tệ. Chỉ đạp được đúng một đoạn là xe tôi dở chứng, chắc chắn là do hai thằng đầu bò hôm qua. Tấp vào lề đường, dựng xe cúi xuống xem. Mùi băng phiến chống gián từ chiếc áo cũ xộc lên mũi. Tôi nhăn mặt. Loay hoay tìm cách tháo hộp xích ra mãi không được. Đồng hồ đã hơn 7 giờ. Nếu tiết đầu sáng nay kiểm tra 15 phút thì coi như tôi bị điểm 0. Quái quỷ! Tại sao chiếc xe lại dở chứng vào lúc này? Tại sao?

Tôi bắt đầu ngồi bệt xuống lề đường và khóc. Tôi vẫn nghĩ tôi là một khúc gỗ, không bao giờ có điều gì khiến tôi có thể sợ hãi. Nhưng giây phút này tôi mới nhận ra, dù cố gắng nghĩ mình mạnh mẽ và giỏi giang, mình có thể xoay xở mọi thứ, thì sự thật tôi chỉ là một đứa con gái bé nhỏ, đang rơi xuống một cái hố sâu mà không có thang trèo lên. Tôi hoảng hốt và bất lực, trong thế giới đầy ắp người, tràn ngập những âm thanh lạnh lẽo. Từng chiếc lá của cuối thu rơi xung quanh tôi. Tôi nghĩ rằng mình sắp nức nở lên rồi.

Hoàng xuất hiện! Tâm trạng tồi tệ của tôi từ ngày hôm qua khiến tôi không làm chủ được cảm xúc. Nhìn thấy hắn ta, tôi đứng phắt dậy, chuẩn bị tâm lý chống đỡ. Hoàng chẳng nói gì, tiến đến chỗ tôi, ngó cái xe rồi hỏi:

- Hỏng xe?

- Không liên quan!

Đã nói là không liên quan, nhưng Hoàng mặc kệ tôi đứng đó, cúi xuống xem hộp xích, quay ra xe lấy đồ vào, ngồi xuống lụi hụi sửa. Tôi lấy vạt áo lau nước mắt. Đứng xê một chút sang bên rồi im lặng ngồi xuống nhìn Hoàng lắp xích. Xung quanh chúng tôi, người vẫn cứ đi, và lá vẫn cứ rụng.

Chương 6

Tôi đã đi qua những ngày không cảm xúc, bước chân nào cũng chậm chậm như nhau. Chưa bao giờ như lúc này, tôi ước thời gian ngừng hẳn lại, để giữa mùa lá rụng, tôi được thảnh thơi ngồi đây, bên lề đường, lặng lẽ ngắm một cảnh tượng bình yên trước mắt. Hoàng có lẽ cũng chưa sửa xe bao giờ, tôi thấy hắn cứ loay hoay xoay xở cậy cậy đẩy đẩy hộp xích. Thi thoảng Hoàng càu nhàu mấy câu nho nhỏ: "Chắc tỉ năm không tra dầu quá", "Đạp xe kiểu gì méo đời nó cả hộp xích", "Xe đạp mua từ thời đồ đá à"... Rõ ràng là mấy câu nói đó dành cho tôi. Tôi thì chẳng hiểu gì về xe cộ cả nên cũng im, có muốn cãi gì thì đợi hắn sửa xe xong đã.

Hoàng sửa xe mất đúng nửa tiếng. Cái loại... Đã không biết sửa lại còn giở máu anh hùng. Biết thế này bà mày tự cậy tự lắp còn hơn. Gió mùa hôm nay bắt đầu tràn về, tôi rét run, co ro trong cái áo đồng phục mùa hè. Lúc sửa xe xong, Hoàng đưa tay lau mồ hôi trên mặt, vẽ một vệt đen sì kéo dài từ giữa mũi đến gần tai bên phải. Tôi suýt nữa thì cười ầm lên. Trông hắn như một con mèo mới lao đầu vào đít chảo. Hoàng liếc nhìn tôi, mặt ngơ ra, rồi hắn chạy ra xe, mở cốp, lôi ra trong đó một chiếc áo đồng phục mùa đông rộng thùng thình, chìa ra trước mặt tôi:

- Mặc đi! Qua không xem dự báo thời tiết à?

- Không!

- Con gái con đứa...

- Cái gì?

41

- Mặc đi. Nói nhiều!

Sao hắn có cái kiểu nói năng cộc lốc thế nhỉ? Lạnh quá! Tôi cầm áo mặc luôn. Bơi bơi trong cái áo đồng phục nam. Ấm!

- Tôi đi học đây. Vì đằng ấy tôi muộn học rồi. - Hoàng nhăn trán nhìn rất thái độ

- Tôi thì sớm? - Tôi nói với giọng hơi dỗi.

- Thế vì ai?

- Nếu hôm qua ở lại giúp tôi, tôi đã không bị đánh hỏng cả xe.

- Cái... cái gì... gì cơ? Bị đánh hỏng cả xe? Thế người có sao không?

- Có chỗ cũng méo như cái hộp xích luôn.

- Chỗ nào? Đưa xem.

- Đồ điên. Đi học đây.

Tôi đạp chân chống xe rồi phóng đi. Dù sao cũng đã muộn học rồi. Đến gần trường tôi nhắn tin cho Linh, đứng đợi Linh. Một mình tôi đứng trên vỉa hè, những mảnh suy nghĩ linh tinh lại xuất hiện tràn ngập. Không hiểu sao trong lòng tôi luôn có những khoảng trống kỳ lạ. Nó hành hạ tôi bất cứ lúc nào thảnh thơi, khi đi đường, khi lặng lẽ một mình, khi cô đơn ngồi một góc, và ngay cả lúc này - khi chẳng làm gì cả. Chân tôi cứ đạp vòng vòng, rồi mỉm cười vu vơ. Sáng nay, tên kẻ thù không đội trời chung của tôi đã sửa xe cho tôi đấy. Tôi đã có thể rút khăn giấy ướt trong cặp sách ra lau mặt cho hắn, nhưng sự ngại ngùng ngăn tôi lại, một chút hiếu thắng cũng khiến tôi không thể làm việc đó. Hắn sẽ đến lớp với cái mặt mèo lem nhem.

- Dạo này mày trốn học hơi nhiều đấy. - Linh đập vào vai tôi.

- Đi đập gián đi!

- Ừ hay đấy! Chiến luôn!

Linh luôn là vậy. Tính tình nghiêm túc hướng thiện nhưng quá ham vui. Câu trước vênh mặt giảng đạo đức, câu sau gật gật gù gù coi những lời mình vừa phát ngôn ra chỉ nhẹ bằng mấy cái lông chân.

Chúng tôi dắt nhau ra BigC, chạy theo nhau lên khu vui chơi, cùng nhau chơi đủ trò. Thi thoảng Linh lại có những câu nói khiến tôi suy nghĩ: "Tao thấy cái lão Hoàng chiếm quá nhiều suy nghĩ của mày rồi đấy. Mày phải tỉnh táo nhận biết xem nguyên do chỉ vì xích mích cá nhân hay còn vì điều gì khác nữa?".

Vì điều gì cơ? Chẳng phải bắt nguồn từ tấm ảnh tai tiếng ấy sao?

- Chả làm gì có chuyện vì mấy cái lông nách mà có đứa suốt ngày vẩn vơ thẩn thơ. - Linh vừa cầm búa đập bổm bộp vừa lải nhải với tôi.

- Con điên! Mày muốn nói gì nói nhanh lên.

- Thì ý tao là...

- A! Cô bé!

Tôi giật nảy mình khi có người tự nhiên vòng tay khoác vai tôi.

- Đồ thần kinh! Bỏ ra!

Hắn! Là hắn đấy! Cái thằng đái bậy! Sao Hà Nội nhỏ đến thế? >_<

- Anh theo dõi tôi đấy à?

- Ôi anh có rảnh đâu! Anh đưa con đi chơi thì thấy em thôi! - Hắn chỉ chỉ ra thằng bé đang chơi bắn súng gần đó.

- Anh làm bố rồi á? - Cả tôi và Linh đều trố mắt một cách vô duyên.

- Cứ có con là phải làm bố à? Triết lý hay thế em? Người rụng răng thì không ăn xương, nhưng mà người không ăn xương thì không hẳn là người rụng răng.

- Anh đúng là thần kinh thật rồi! Chó hay gặm xương, nhưng không phải cứ gặm xương thì là chó.

- Ha ha, triết lý gặm xương. À mà... Trả em này!

Thằng khùng đưa cho tôi tờ tiền 5 nghìn đã được gập hình hai trái tim đôi.

- Cái gì đây?

- Tiền của em! Trả đấy! Anh không thích nhà vệ sinh công cộng, anh thích ngoài đường hơn.

Trời đất, không hiểu thứ gì có thể đo độ dày của cái mặt hắn nữa. Chưa kịp làm gì, hắn giật mạnh túi xách của tôi, thò tay vào lấy điện thoại, bấm bấm số một cách nhanh gọn.

- Tôi không cho số điện thoại, anh làm gì thế?

- Anh lấy số điện thoại, không cho là việc của em.

- Anh làm nghề móc túi ở bến xe à? >_<

- Em nói bé thôi, người ta nghe thấy hết bây giờ!

- Thế anh làm nghề móc túi thật à? - Linh thỏ thẻ, giọng nhỏ đi hẳn. Tôi cười rũ ra khi nhìn thấy cái mặt nghệt của nó.

- Ờ, ngoài ra anh còn đi tưới cây thuê! Hi hi!

Hắn nháy mắt với tôi. Thằng dở người, tôi giật lại điện thoại, túi xách.

- Tôi sẽ thay số điện thoại!

- Nếu em thay số và nhất quyết không chịu giữ liên lạc với tôi, tôi sẽ đến thẳng nhà em, đón em đi học ngày ngày tháng tháng.

- Anh còn hăm dọa tôi, tôi sẽ... sẽ bóp chết con anh!

Nói xong tôi nhảy ra chỗ thằng bé con anh ta đang chơi súng, dùng hết sức bế nó lên, một tay đỡ, một tay ấn lên cổ bé giả vờ bóp bóp.

- Anh có tin không?

Hắn cười bò ra bàn đập gián, còn tôi với Linh thì chẳng hiểu gì. Thằng bé trên tay tôi bắt đầu khóc gọi bố. Một người đàn ông cao lớn cất giọng ồm ồm sau lưng tôi:

- Làm cái gì thế? Sao lại dọa trẻ con như thế?

Tôi và Linh cùng quay sang, sợ đến mức chân run lẩy bẩy. Tôi vội đặt thằng bé xuống. Trông người đàn ông xăm hình vằn vện ở bắp tay đã thấy kinh rồi, nghe giọng của ông ta còn kinh hơn. Trong lúc tôi đang ú ớ, tên đái bậy thì vẫn cười đằng sau, Linh đã vội đẩy ngược tình thế:

- Tại chúng cháu thấy con chú bị thằng này nó bắt nạt nên chúng cháu cứu ạ! - Linh chỉ chỉ ra phía sau. Tôi thấy thế cũng hùa theo: "Đấy, thằng này này chú, nó giật súng của em bé..."

Tên đái bậy nó còn cười to hơn. Quê quá! Chả hiểu chuyện gì. Mãi đến lúc người đàn ông xăm trổ ôm thằng bé đi rồi quát: "Lần sau mày trông cháu cho cẩn thận, chuẩn bị về đi, chị mày gọi rồi!", thì tôi và Linh mới hiểu ra. Nhảm nhí! Đi chơi xả stress cũng không xong. Sao trên đời lắm loại đàn ông khiến đàn bà phát điên thế. Tôi cầm tay Linh lôi đi, chỉ mong nhanh chóng thoát khỏi cái khu vui chơi quỷ ám này. Đi được một đoạn thì bị tên khùng kia đuổi theo kéo lại:

- Em tên gì để anh lưu số?

- VI! - Tôi gào vào mặt hắn. Được rồi, muốn tôi bước vào cuộc đời anh thì tôi sẽ để cho anh toại nguyện, rồi anh sẽ phải hối hận. Tôi thề đấy!

- Cái gì? 'ĐIÊN' á? Em tên ĐIÊN á? Sao tên hợp người quá thế!

Trời ơi, ma theo quỷ ám à? Linh ôm bụng dựa vào tường cười ngặt nghẽo, còn tôi đứng đó, tức xì khói. Lúc này có ai đem trứng đập lên đầu tôi có lẽ ốp lếp được đấy.

- Cuối cùng là anh muốn gì? Muốn gì? - Tôi gào to, bao nhiêu người trong khu vui chơi nhìn ra tò mò.

- Muốn yêu em!

- Hả?

- Hả?

- Cái gì? Tôi nghe không có được rõ. Nhắc lại cái coi!

- Muốn ĂN KEM! Nghe rõ chửa? - Hắn gào to hơn cả tôi.

- Não Nhật Bản à? Biến!

Tôi giật tay Linh đi thẳng. Yêu kem con khỉ. Đột nhiên tôi ước, đàn ông trên thế giới này bị chuyển lên sao Hỏa sống hết. Như thế thì hay biết mấy!

Chương 7

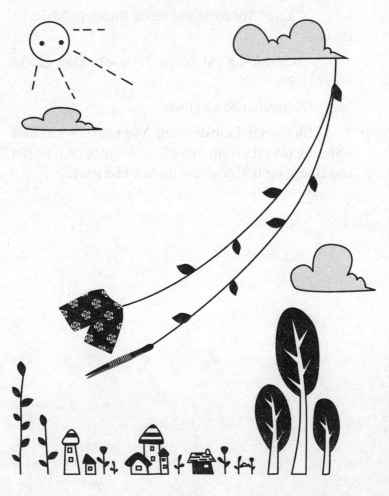

Tôi và Linh đạp xe về nhà được nửa đường thì trời mưa như trút. Mưa thành phố toàn bụi bặm khí thải, đắng nghét. Linh ngồi sau tôi hét như con rồ. Nó luôn hoang dại như thế, mỗi khi gió to là đứng trên tầng cao nhất của trường đập ngực hú như khi đột, đêm nào trăng sáng thì đứng tru như chó sói lên cơn. Phát sợ. Xung quanh tôi toàn những người không được bình thường. Ngay cả tôi cũng thế.

Đã mấy ngày bố mẹ đều không về, tiền cũng không để lại. Thức ăn trong tủ lạnh hết dần, mì tôm Hảo Hảo cũng chẳng còn một gói, tôi và Ki ôm nhau đi lục đồ ăn khắp các ngóc ngách trong nhà. Đến khi chẳng còn gì ăn được nữa, đến miếng bánh quy ăn dở vứt ở ngăn bàn, iu mềm oặt ra rồi mà đói nên vẫn ăn ngon lành. Tôi mở cửa phòng ngủ của bố mẹ. Nó không khóa. Căn phòng với bốn bức tường trống không. Đã có điều gì khác lạ. Cúi xuống gầm giường, tôi lôi ra được một thùng các tông lớn, trong đó là những mảnh vỡ của khung ảnh cưới, những bức ảnh gia đình cùng chụp khi tôi còn bé. Trong đó có lẫn rất nhiều bức ảnh tôi chụp cùng bố Tùng đã bị vò nát. Bố bế tôi khi tôi mới sinh, ôm tôi khi tôi nhú lên những chiếc răng đầu tiên, đón tôi trên những con đường tôi chập chững tập đi, bế tôi mỗi khi đưa tôi tới lớp.... Bức ảnh nào cũng đều có hai nụ cười hạnh phúc ấm êm.

- Bố à... Nếu có một điều ước, Vi sẽ ước Vi không bao giờ lớn.

Nước mắt lại bắt đầu không nghe lời, tràn ra khắp khuôn mặt méo mó của tôi. Mệt, lạnh, đau, và đói nữa. Bố mẹ ơi...

Tôi không biết đã thiếp đi bao lâu, chỉ đến lúc nghe thấy tiếng chuông ầm ĩ dưới nhà mới chịu lơ mơ tỉnh giấc. Ngồi dậy không thấy Ki đâu, tôi lết xuống nhà mở cửa. Chẳng ai khác, Hoàng đang đứng dưới đấy. Có chuyện gì không biết? Đòi tiền công sáng nay sửa xe à? Tôi mở cửa, ngắn gọn:

- Nói đi!

- Ơ, nói gì?

- Thế sang đây làm gì?

- Thì thấy con chó sủa ác quá nên sang hỏi có chuyện gì?

- Nó đói thì sủa.

- Cho nó ăn đi, điếc tai!

- Tôi... đói!

Không biết cái gì đang xảy ra nữa. Lúc này tôi thực sự rất mệt. Tay run lên và chân không đứng vững nữa rồi. Hoàng nhìn tôi ngỡ ngàng rồi đi về thẳng. Tôi đứng tựa mặt vào cánh cổng, chẳng còn sức mà đi vào nhà nữa. Giờ mà bảo tôi ngồi ngoài đường ăn xin chắc tôi cũng làm mất. Đói thế này thì chỉ có ngủ cho quên đi thôi. Lại lê lết từng bước lên phòng, nằm vật xuống giường, đếm một hai ba cho dễ ngủ.

- Này này!

"Cộc cộc cộc!"

- Cái gì thế?

- Mở cửa ra tui bảo!

- Cửa nào? @____@

- Ban công. Đồ con nhỏ điên!

- Mày là ai? Kẻ trộm cắp à?

- Có muốn ăn cơm không?

Ôi! Cơm! Có chứ. Tôi phi ra cửa ban công, mở chốt. Hoàng thò mặt vào dúi cho tôi cái hộp vuông vuông rồi đi về. Tôi ngồi xuống mở hộp ra xem, một hộp cơm lèn chặt thức ăn, trứng luộc còn nóng và nguyên vết tay mới bóc, sườn rán, su su xào. Hức, cảm động rớt cả nước mũi. Tôi với cái thìa trên ống đựng bút rồi xẻ cơm cho Ki ăn luôn. Cơm này chắc bác Ngọc mẹ Hoàng nấu. Đã hiểu cảm giác của một người hành khất nếu được ai đó nhẹ nhàng trao cho một cái bánh mì. Trong trái tim tôi, có điều gì đó đang diễn ra, nhẹ nhàng và êm ái.

Trời tối dần, tôi rửa sạch hộp cơm của Hoàng khi ăn xong. Vừa làm vừa hát. Một lát thì có điện thoại của Linh:

- Mày onl ngay tao gửi cho mày cái này!

Lại gì nữa? Tôi ngán ngẩm bật máy. Những gì tồi tệ nhất đã xảy ra suốt thời gian gần đây rồi, giờ mà có ảnh tôi khỏa thân thì cũng bình tĩnh thôi. Linh gửi cho tôi một đoạn chat của Hoàng với ông Hưng - người yêu nhỏ:

[- Tao mới sang cho con Nhíp hộp cơm. Nhìn nó như sắp chết đói. Bố mẹ nó nghĩ quái gì mà để như thế?

- Tao mà như mày là tao kệ xác nhà nó, tát con nhà người ta lật mặt xong còn làm hại đủ trò, ăn nói thì ngoa ngoắt chanh chua cay nghiệt. Không thể chấp nhận được một loại đàn bà như thế.

- Thôi, có hộp cơm chứ to tát gì, bố thí nó chút. Mình là người tốt mà.

- Mày rảnh vãi.]

Các cụ dạy miếng ăn là miếng nhục cấm có sai. Sao tôi với cái thằng này cứ được một tí cảm tình là lại có lý do gì đó quẳng cái cảm tình đấy ra đường. Bố thí á? Mày làm như miếng cơm nhà mày to lắm. Tôi gọi lại cho Linh:

- Tao nói thật tao chẳng yêu quý gì lão người yêu mày đâu. Nói năng cóc phải đàn ông.

- Tao xin lỗi, nhưng Hưng tính phổi bò lắm, nói xong quên ngay chứ không để bụng đâu, anh í tốt tính lắm.

- Tốt tốt cái đầu mày í.

Điên người. Tôi cảm thấy nhục nhã quá. Đang ngồi ủ rũ thì điện thoại lại rung. Chẳng buồn nhìn màn hình xem số, tôi cầm điện thoại lướt lên tai nghe:

- Nói!

- Xin chào cô bé! Cô bé ăn cơm chưa?

- Nhầm số rồi cha nội!

Cúp máy, hắn lại gọi lại, số lạ.

- Uầy cô bé nhanh tay quá. Anh đây!

- Anh nào? Không quen ai tên Anh hết!

- Anh là.... Đái Bậy!

Suýt nữa thì tôi chết sặc.

- Có số tôi thì đừng gây phiền nhiễu, không rảnh đâu.

- Nick em là Sad Violin phải không?

- Sao anh biết? - Tôi ngạc nhiên.

- Anh mới kết bạn với em hôm qua. Nick anh là Sư Tử Gầm Trong Gió.

- Cái gì? Sư Tử Gầm Như Chó á?

- Ô đệt!

- Anh chửi thề trước mặt tôi đấy à?

- À anh quên mất, với phụ nữ thì phải mềm mỏng, nhất là với xinh đẹp lady như em, chỉ nên đánh bằng cái khăn mùi soa, bên trong gói thêm cục gạch.

- Anh muốn gì? Không có gì quan trọng thì biến!

- À, anh muốn bày tỏ sự ngưỡng mộ sau khi lần mò nick bạn bè và được chiêm ngưỡng cái ảnh ngồi ban công nhổ lông nách của em.

- Ôi cái ***!

- Em chửi thề đấy à?

53

- À tôi quên mất, với đàn ông thì cần dịu dàng, nhất là với "Lịch Sự" Men như anh, chỉ nên đánh bằng bịch bông, bên ngoài thêu chữ "Cấm Đái Bậy".

- Ha ha, anh thích chữ "Cứ Đái Bậy" hơn.

- Anh ăn gì mà mặt anh dày thế?

- Bánh giầy em ạ!

- Mai tôi tặng anh cái bàn là, anh đem về là cho mỏng bớt đi.

- Cảm ơn em, mấy ngày nay mặc quần nhăn đi làm ngại quá.

- Không có chuyện gì cúp máy nhé!

- Ờ! Chào cô bé, tôi sẽ gọi lại cho em.

- À này!

- Gì?

- Con trai ghét con gì nhất?

- Bếp nhà em có gián không?

- Có nhiều!

- Hãy tặng nó vài con gián. Chúc em may mắn!

Cúp máy! Tôi bắt đầu thấy thằng Đái Bậy này thú vị rồi đấy. Cầm điện thoại lưu số hắn, tôi bật đèn cầu thang đi xuống bếp. Cần phải trả Hoàng cái áo đồng phục sáng nay hắn cho mượn, và khuyến mại thêm vài con gián!

Vì vừa làm việc tốt, nên Hoàng không để phòng gì tôi cả. Tôi cũng cố giữ vẻ mặt ngây thơ vô tội khi ra ban công ngắm sao cùng Hoàng, hỏi nhau vài câu qua loa, chia sẻ cho nhau nghe mấy bài hát hai đứa thích, trao trả hộp cơm "bố thí" lúc tối. Hoàng có vẻ ngại, cứ khổ sở gãi đầu cật lực, tay run run vì ra ngoài trời lạnh mặc mỗi cái áo cộc. Thời cơ tới, tôi ngước mắt lên tròn xoe:

- Lạnh à, đợi tui lát!

Nói xong tôi chạy ngay vào nhà lấy đồ đã chuẩn bị sẵn ra, lại ngước mắt long lanh:

- Trả Hoàng! Cảm ơn chuyện hồi sáng nha!

Tên hàng xóm nhăn nhở cầm áo mặc luôn, đóng khóa cái roẹt, thọc tay vào túi áo cái phụp, nhe răng cười làm duyên với tôi. Nhưng chỉ cười được khoảng 30 giây, Hoàng bắt đầu nhận ra biểu hiện lạ trong áo, hắn ngoặt người gãi lưng, rồi vội giật khóa cởi áo ra, mặt tái xanh như đít nhái khi nhìn thấy một con gián vọt ra bò lổm ngổm trên sàn. Tôi đứng cười nham hiểm bên ban công nhà tôi, nghe hắn hét thất thanh gọi mẹ. Thứ gì, đàn ông con trai mà đụng độ tí hiểm nguy là la má ầm ĩ là sao?

- Con điên kia! Mày chơi gì kì vậy?

- Tao thích! Sao không?

- Hừ, sao Chúa trời lại tạo ra mày, loại cặn bã xã hội!

- Đồ mắm thối, im đi. Mày cũng không hơn gì tao đâu, nhân cách mắm tôm.

Tôi và Hoàng chửi nhau ầm ĩ một trận cho đến khi mẹ Hoàng lên thì tôi chạy tót vào phòng, để mặc hắn bị mẹ kéo tai chửi rủa. Đáng đời đồ đàn ông nhỏ mọn. Tôi hứng chí gọi lại cho Đái Bậy, giọng hào hứng:

- Em mới nhét gián vào áo thằng hàng xóm!

- Ui zời thế cũng khoe, hồi xưa anh bỏ đất vào hộp sữa dán lại rồi đưa cho thằng đầu gấu xóm ngoài hút.

- Rồi anh bị đánh đến mức không phân biệt được gốc cây và nhà vệ sinh công cộng đúng không?

- Này này, có mỗi cái chuyện tế nhị đấy thôi sao em nhắc đi nhắc lại nhắc tái nhắc hồi thế?

- Thì thôi không nói nữa.

- Bố mẹ đâu mà em hét to thế? Ở nhà một mình à?

- Vâng!

- Buồn không? Anh hát cho em vui nhá!

- Vầng. Chuẩn bị tinh thần sẵn đây.

- Xin kính chào quý khán giả, con là Đái Bậy, sau đây con xin hát một liên khúc nhạc thiếu nhi, xin mời các cô các chú cùng nghe ạ!!! Từng từng từng tưng!!!!!!!!!!! Một con vịt xòe ra hai con thằn lằn con đùa nhau cắn nhau đứt con chim non trên cành cao hót líu lo hót líu lo, em yêu cô giáo em miệng hay cười vì mắt cô long lanh, cô yêu bố, bố là tất cả bố ơi bố ơi, bố là một con vịt xòe ra hai con thằn lằn con đùa nhau cắn nhau đứt con chim non trên cành cao hót líu lo hót líu lo.....

Từ buổi tối hôm ấy, Đái Bậy được tôi ưu ái cho vào danh sách Những chàng trai điên!

Chương 8

Cả ngày hôm sau Hoàng không dám ở ê gì trên facebook. Hắn hiểu tôi đã nắm được hai điểm yếu của hắn: Gián và Quần đùi hoa. Hắn còn dám làm trò gì hãm hại tôi, tôi sẽ cho hắn biết mặt. Đái Bậy vẫn nhắn tin cho tôi luôn luôn, kể cả trên facebook và điện thoại. Dai như một con đỉa. Tôi đã cảnh cáo hắn mấy lần. Tối nay điên quá, sau khi cứ 15 phút hắn lại nhắn tin hỏi: "Bé Vi ăn cơm chưa?", "Học bài chưa?", "Học xong chưa?", "Đi ngủ chưa?"... tôi hằm hằm gọi lại và gào lên:

- Đồ điên, tôi ăn rồi, học rồi, chưa ngủ, tắm rồi, giặt rồi, đánh răng rồi, rửa mặt rồi, đi toilet luôn rồi! Anh muốn gì?

- À thế em... giật nước chưa?

- Thần kinh à?

- Đi chơi với anh đi! Anh đang buồn!

- Không!

- Anh ở gần nhà em này!

- Biến!

Cúp máy xong, nghĩ đi nghĩ lại, tôi bấm máy gọi lại cho Đái Bậy:

- Đi đâu?

- Đi ăn bánh khoai, bánh ngô, nem chua rán nhé!

- Đến đón tôi đi!

Dù gì cũng đang đói. Tôi mở tủ chọn đại lấy một cái váy ra mặc, cột tóc, rửa mặt rồi ra ban công ngồi đợi. Phòng Hoàng không có ánh đèn, chắc vẫn đang ăn tối với mẹ dưới bếp. Tôi cầm cốc nước tưới tưới mấy chậu xương rồng Hoàng đặt ngoài ban công. Linh nhắn tin hỏi tôi làm bài chưa, tôi nhắn lại cho nó thông báo tôi sắp đi chơi với Đái Bậy, nó gọi cho tôi rồi gào trong điện thoại: "Mày rồ à? Nó lừa bán mày cho ổ mại dâm thì sao? Hoặc nó lôi vào bụi rậm abcxyz thì sao?". Con dở người, tôi chẳng mang thằng đó đi bán cho hội gay thì thôi, dám làm gì tôi? Lo bò trắng răng!

Đái Bậy đến sau 10 phút. Tôi dặn dò Ki mấy câu rồi khóa cửa ra ngoài. Đái Bậy đi cái xe máy nhìn lạ lắm, nó có cái bình xăng đằng trước giống xe kích ghẻ Simson thập niên 90, nhưng đẹp hơn, có cái gương vòng, to và tròn, lồi như mắt chuồn chuồn. Ngồi trên cái xe ấy không khác gì con nhái ôm củ măng.

- Cái xe gì trông thấy gớm vậy? Xe Min à?

- Ớ em cũng biết à? Minsk! Tình yêu của anh!

Đàn ông con trai, loanh quanh mấy thú vui game với xe. Chỉ có mỗi Hoàng là có sở thích khác người là cuồng quần đùi hoa thôi. Trèo lên xe, đội mũ bảo hiểm, Đái Bậy chờ tôi ngồi yên một lúc mới phóng đi. Anh đi chậm, chẳng nói gì. Tôi cũng im lặng vì trong lòng đang có chuyện buồn. Bố mẹ vẫn bặt vô âm tín, tiền ăn đã hết, đồ dự trữ không còn, tiền học phí sắp hết hạn nộp, tiền quỹ lớp... Đau đầu quá. Nhưng trên cả nỗi buồn phiền do thiếu tiền là sự tủi thân khi có cảm giác mình bị bỏ rơi. Mà người bỏ rơi mình không ai khác chính là người mình từng tin tưởng và yêu thương nhất.

Đang đi bỗng Đái Bậy phanh kít lại, chỉ sang bên vệ đường:

- Vi Vi, 5 nghìn đâu? Nhanh lên!

Tôi chẳng hiểu gì, quay sang, nhìn thấy con chó đang ghếch chân đái vào gốc cây.

- Đồ khỉ, thôi đi!

- Ha ha, anh tưởng em là nữ hiệp sĩ bảo vệ gốc cây.

- Việc đó không phải là bảo vệ gốc cây, mà là cho anh biết mức văn hóa của anh đấy.

- Nói thật hôm đó anh mót quá không chịu nổi, chứ nhìn thấy nhà vệ sinh bên đường là anh đã vào rồi đấy.

- Đừng có ngụy biện.

- Mà sao em dám đi chơi với anh? Không sợ người xấu à?

- Ui giời. Anh đem tôi đi đâu giết đi hộ cái. Chán sống quá!

- Này này, đừng nói thế! Giết em xong anh cũng không sống được.

- Cái gì?

- Cái tù tì. Anh bảo thiếu em anh không sống được.

- Đừng có lải nhải.

- Em đói lắm rồi à? Chưa ăn gì à?

- Cả ngày nay được hai miếng bánh mì!

- Thế đi ăn cơm!

Đái Bậy đưa tôi đi ăn cơm. Lạ cái là hắn chỉ gọi đồ ăn cho tôi. Còn hắn ngồi nhìn. Tôi vốn sống ào ào, chẳng câu nệ lễ nghĩa, nên cũng mặc kệ, cắm cúi ăn.

- Em chỉ ăn được đậu và rau thôi, anh ăn những thứ còn lại đi.

- Em ăn chay à?

- Có chay nhưng không thuần chay, thi thoảng em cũng ăn thịt.

- Vậy ăn đi.

- Hôm nay em không muốn. Anh không ăn à?

- Anh không đói, không muốn ăn. Lát nữa gói lại mang cho con chó nhà em cũng được.

- Anh biết nhà em có chó á?

- Hôm nọ mò qua đấy theo dõi em bị nó khợp cho phát. Đây này!

Đái Bậy gác chân lên ghế kéo cao ống quần. Đúng là có vết chó cắn thật. Nhưng tôi không tin Ki nhà tôi lại cắn càn người lạ như thế.

- Này anh? Đi đái bậy tranh chỗ chó nên bị nó cắn rồi về đổ thừa cho chó nhà em đúng không?

- Sao em biết?

- Thật á?

- Điên! Ha ha!

- Thế anh bị làm sao?

- Ờ, anh trèo tường vào nhà người yêu.

- Hả cái gì?

- Em nói bé thôi. Cả quán đang nhìn.

- Anh mà cũng có người yêu á?

- Giờ thì độc thân rồi.

Tôi lại cắm cúi ăn. Vì nhìn thấy ánh mắt của Đái Bậy cụp hẳn xuống. Với một đứa sống cùng đống cảm xúc buồn thảm như tôi rất dễ nhận biết tâm trạng người khác. Đái Bậy im lặng chờ tôi ăn xong thì đưa tôi về. Trên đường, vì chúng tôi chẳng có gì để nói với nhau nên tôi đã hát. Tôi rất ngây ngô, không mấy khi biết ngại ngùng và xấu hổ. Mà tôi hát to lắm, mọi người trên đường ai cũng nhìn. Một lúc lâu Đái Bậy mới mở miệng:

- Dễ người ta tưởng anh đang chở con bò quá. Rống suốt. Kinh chết!

- Thế anh kể chuyện cho tôi nghe đi chứ. Cứ để tôi ngồi không mãi à.

- Chuyện gì?

- Chuyện tình! Thích nghe chuyện tình thôi. Chứ chuyện đời đau đầu lắm.

Nói đùa vậy, nhưng Đái Bậy kể cho tôi nghe thật. Chậm chậm và nhẹ nhàng.

- *Anh vẫn hay gọi cô ấy là Củ Cải, đó là cái tên những ngày đầu anh dùng để giao dịch bán hàng với cô* ấy. Mà ngẫm thì cô ấy cũng giống một cây củ cải thiệt... bé bé, và ngọt một cách rất nhạt, không đắng quá, nhưng cũng dễ nhăn mặt khi ăn. Anh gặp Củ Cải lần đầu tiên cách đây hai năm, khi anh còn làm part-time tại tiệm mỹ phẩm của chị. Ngày ngày anh ship hàng tới những địa chỉ trong nội thành Hà Nội. Hôm ấy là chiều thứ ba, chỉ có một đơn hàng duy nhất, của một bạn gái có nick tên Củ Cải, đặt một lọ sơn móng tay và một son dưỡng môi. Địa chỉ nhà ở Hào Nam.

Chiều đợi tắt nắng, anh dắt xe, gói hàng rồi mang đến địa chỉ nhà Củ Cải. Gọi lần 1, gọi lần 2, lần 3, không thấy nhấc máy. Trời hè nóng, mồ hôi túa ra ướt hết lưng áo gọi mãi nhưng cuối cùng cũng không có ai nghe máy. Bực mình phóng về. Vừa đi vừa nghĩ con nhỏ này không biết có phải dạng óc heo không. Hẹn rõ ràng như vậy rồi mà đi đâu không thèm cầm điện thoại. Không có một chút ý niệm nào về kế hoạch và tôn trọng người khác. Bắt người ta đạp xe hơn bốn cây số để đi về không công. Vừa mất thời gian vừa mất sức lại thêm bực vào người.

Tối hôm ấy, Củ Cải nhắn tin xin lỗi rối rít. Bảo lúc đó không cầm điện thoại vì đi... tắm! Cái lí do còn không thể gọi là lí do. Củ Cải hẹn chiều mai 3 giờ ship lại và chịu thêm tiền ship. Ừ thì 3 giờ chiều mai! Tối hôm ấy, trước khi đi ngủ Củ Cải còn nhắn tin chúc anh ngủ ngon. Đọc xong anh quẳng luôn điện thoại xuống cuối giường. Không phải do thấy có lỗi nên mới nhiệt tình bắt chuyện chứ?

Buổi chiều hôm sau nắng gắt hơn, 3 giờ chiều anh lại dắt xe đạp sang nhà Củ Cải, trước khi đi không quên nhắn báo trước một tin rằng: "Tôi đang đến rồi nhé!". Vậy mà không hiểu Củ Cải là loại người gì, khi đến anh phải đứng đợi 15 phút như một thằng ngốc dưới ngõ, cầm điện thoại đi tới đi lui mà cái điệp khúc tuyệt vọng vẫn vang đi vang lại trong điện thoại: "Thuê bao quý khách vừa gọi tạm thời không liên lạc được". Lúc ấy anh chả hiểu con người này có quả tim không vậy? Vô tình hay cố ý đùa cợt quỹ thời gian quý báu của người khác? Không có lần thứ hai đâu, lật đơn hàng xem địa chỉ nhà khách. Số nhà 17! Anh đạp xe phóng thẳng vào trong, tìm đúng nhà 17 rồi bấm chuông. 3 giờ 30 chiều, đứng dưới nắng chờ đợi. Mặt đường bỏng như đang làm giày anh chảy ra. Đợi một lát trong nhà mới có người ra mở cửa. Một người đàn ông trung niên. Hơi hoảng, không biết tên thật của Củ Cải, chả biết hỏi gì.

- Mày gọi cái gì thằng kia?

Choáng váng! Đó là câu đầu tiên người đàn ông ấy nói với anh đấy. Là bố của Củ Cải đấy em. Đứng cách nhau cái cổng sắt, anh vẫn còn ngửi thấy nồng nặc mùi rượu. Anh vội lắp bắp:

- Cháu... cháu mang đồ đến cho Củ Cải!

- Củ Cải là cái quái gì? Đồ gì? Phân bón à?

- Dạ cháu xin lỗi, cháu nhầm nhà!

- Nhầm thì biến!

Anh... biến luôn. Ra khỏi cái ngõ quái quỷ này. Nó cướp mất của anh hai buổi chiều quý giá có thể ngồi ở cửa hàng quạt mát và đọc sách, chìm trong thế giới của riêng mình chứ không phải đạp xe mấy cây số đến đây để về không công. Việc đầu tiên khi bước vào cửa hàng, anh bật máy và thông báo hủy đơn hàng của Củ Cải. Thật là kỳ quặc hết sức. Thời buổi này, ở thành phố này, trong một ngôi nhà sang trọng và có vẻ giàu có như thế, mà lại có một ông bố vô văn hóa và một đứa con thiếu ý thức tôn trọng người khác như vậy.

Tối đến, Củ Cải gọi xin lỗi, nhưng không còn rối rít như hôm qua. Cô ấy chỉ hẹn mai sẽ tự đến lấy chứ không cần anh đến ship hàng.

Anh bảo: "Ừ mai phiền cậu đến cửa hàng, tôi cũng không có ý định đi ship hàng cho cậu lần nữa!" - Mà giọng anh nghe nói hơi gay gắt.

"Nếu có thể, tôi trả tiền ship hai lần cậu đến mà không gặp tôi." - Giọng Củ Cải có vẻ ê lắm.

Anh bảo: "Không cần đâu, chỉ hi vọng mai cậu không lỡ hẹn!"

Củ Cải trả lời: "Ừ, cảm ơn! Tôi sẽ đến đúng giờ."

Lúc tắt máy, có gì đó chùng hẳn xuống. Củ Cải như có điều khó nói. Cô ấy không giải thích rằng tại sao lại lỡ hẹn, chỉ xin lỗi thôi. Điều đó làm anh khó chịu, vì cảm giác có lỗi. Khi bực tức qua đi, người ta có thời gian nhìn nhận lại. Củ Cải không giống một người lừa đảo cho lắm. Có lẽ là cô ấy có chuyện gấp thật.

Và Củ Cải xuất hiện, đúng giờ! Không chệch một giây luôn đó em. Buổi chiều hôm sau khi đang ngồi trông hàng, anh ngỡ ngàng khi nghe Củ Cải gọi:

"Cà Rốt! Đồ của tôi đâu?"

Trước mặt anh, Củ Cải đứng đó, lấp ló sau tủ kính. Củ Cải thấp quá, bị đồ đạc che hết, kiễng chân lên mới ngó được cái đầu cho anh nhìn thấy. Anh chạy ra mở cửa ngách để Củ Cải vào.

"Của cậu ở trong này!" - Anh bảo.

"Cậu vẫn giữ cho tôi à?" - Mặt Củ Cải ngơ ra.

"Cậu trả tiền rồi, nên hàng phải giữ cho cậu chứ."

"Cảm ơn!"

"Không có gì!"

Anh mở ngăn tủ dưới lấy hàng cho Củ Cải, tay cứ run run mà không hiểu vì sao. Thật dễ dàng để nhìn thấy vài vết bầm tím trên mặt Củ Cải cho dù cô ấy đã cố gắng xòa tóc ra giữa mùa hè nóng bức để ngụy trang.

"Cậu bỏ mũ ra đi!" - Anh đưa hàng, nói nhẹ.

"Gì cơ? Ừm... Tôi đi luôn bây giờ mà, không cần đâu."

"Cái chỗ này, chảy máu rồi!" - Anh chỉ lên trán Củ Cải. Như thế này này. Đấy, đúng khoảng cách này... (Lúc này Đái Bậy bắt tôi nhìn theo hướng chỉ tay của anh)

Cuộc hội thoại không ăn nhập một chút nào. Củ Cải giật mình đưa tay sờ lên đuôi lông mày. Rõ ràng là ý thức được vết thương của mình.

"Ngồi xuống đi tôi băng cho rồi về, để mồ hôi vào là xót lắm!" - Anh bảo.

Nói vậy mà Củ Cải nghe thật. Cậu ấy lúng túng tìm ghế ngồi và... bỏ mũ ra. Mồ hôi trên trán chảy xuống ướt má. Anh thấy hơi nhói trong tim khi nhìn thấy khuôn mặt tròn trĩnh kia có đôi mắt sưng đỏ và những vết thương mang dấu hiệu của một trận bạo hành khủng khiếp. Xâu chuỗi những chi tiết của ngày hôm trước, anh đoán rằng bố Củ Cải say rượu, và Củ Cải bị bố đánh!

Chấm chấm chút thuốc bằng bông tăm rồi nhẹ nhàng xoa vào chân lông mày cho Củ Cải. Cô ấy ngồi im không kêu ca. Nhưng cái nhăn mặt của Củ Cải khiến anh biết cô ấy đau như thế nào. Tay anh càng run hơn khi Củ Cải nhắm tịt mắt, tay nắm chặt ngoan ngoãn đợi anh tra thuốc xong. Lúc ấy anh nghĩ, anh và Củ Cải không hề quen nhau, chỉ nói chuyện vài ba lần, mà lại ngồi đây, làm cái việc chăm sóc nhau như hai người bạn đã thân thiết từ lâu.

Xong xuôi, Củ Cải hé mắt, rồi làm động tác chớp chớp. Có lẽ thấy không đau, Củ Cải nhoẻn miệng cười toe:

"Hay quá, mát lịm, cảm ơn cậu nhé Cà Rốt!"

"Trả tiền tra thuốc đây!" - Anh trêu.

"Ơ..." - Mặt Củ Cải đơ ra làm anh cười lớn:

"Ha ha, đùa thôi, giữ gìn vết thương cẩn thận!"

Củ Cải lại cười. Chiều hôm ấy, Củ Cải ngồi lại với anh đến khi tắt nắng. Bọn anh chia sẻ cho nhau những cuốn sách hai đứa thích, những bài hát mỗi đứa hay nghe, những câu chuyện trường lớp. Đó là buổi chiều đầu tiên từ khi đi làm, anh không thấy nhàm chán khi ngồi trong cửa hàng nhìn ra ngoài đường ngắm lá vàng rơi. Củ Cải có điệu cười trong trẻo như tiếng chuông gió, đôi khi lại gãy gập và loảng xoảng như tiếng thủy tinh vỡ. Hai sắc *thái ấy cứ trộn vào nhau, đôi khi không phân biệt được rõ cô ấy cười vui hay cười buồn...*

- Gì vậy? Kể tiếp đi chứ?

- Đến nhà em rồi...

Tôi nhìn quanh quất, Đái Bậy đưa tôi về nhà lúc nào không biết. Tôi phụng phịu vì muốn nghe nốt câu chuyện Đái Bậy đang kể. Nó thực sự chân thành và báo hiệu nhiều đau đớn.

- Nhưng em muốn đi chơi tiếp.

- Về đi, hôm nào anh đón!

- Anh tên gì?

- Đái Bậy đó!

- Em hỏi nghiêm túc mà.

- Huy!

- Em gọi anh là Cà Rốt nhé!

- Đừng, chỉ cô ấy mới được gọi anh như thế.

- Ừ thì...

- Cứ gọi anh là Đái Bậy!

Ừ, Đái Bậy! Đột nhiên mắt Đái Bậy lóe lên như nhìn thấy một điều gì đó. Anh vòng tay kéo tôi lại ôm chặt, tay thì ôm vậy nhưng đầu thì cứ hướng đi phía khác. Tôi hoảng quá hét ầm lên. Gì thế? Tôi nhìn nhầm người à? Người này là thể loại biến thái như thế sao? Đang hoảng loạn thì thấy Hoàng tự nhiên xuất hiện, phi từ bên kia đường sang, tay cầm bình nước trống không, đập bồm bồm lên đầu Đái Bậy, vừa đập vừa quát:

- Thằng này mày làm gì thế? Bố tao là Tổ trưởng tổ dân phố nhá!

Hét xong Hoàng lại vác bình nước lên đập tiếp. Đái Bậy buông tôi ra, cười cười rồi vẫy tay chào tôi xong phóng đi. Còn lại tôi với Hoàng đứng đó. Hoàng lúc này nhìn thấy tôi hầm hầm, ôm vội bình nước vào ngực, giữ thế thủ.

- Làm cái gì thế? Sao đánh bạn tôi? - Tôi hét!

- Cái gì? Bạn nhỏ? Thằng đi Min khừng đấy á?

- Ờ!

- Thế nó ôm sao nhỏ còn hét? Tưởng bị cưỡng bức ra cứu chứ sao.

- Cưỡng con khỉ!

- Ừ thì đúng là cưỡng con khỉ mà.

Tôi cầm túi xách phang cho Hoàng một phát vào đầu rồi đi vào nhà.

- Đi đổi nước thì đi đi. Lắm chuyện thấy ớn.

- Từ lần sau con gái thì đừng có ra đường khuya.

- Liên quan gì? Biến!

Tôi chạy vào nhà rồi đóng cửa lại. Vào bếp tìm bát đổ xương ra cho Ki ăn. Điện thoại tôi reo báo tin nhắn. Của Đái Bậy:

"Thằng đó là thằng tốt đấy em!"

"Đừng mượn cớ thử thằng đó mà lợi dụng em."

"Ha ha, ngủ đi bé! Anh ngủ đây. Cả ngày đi đái bậy mệt quá. Ngủ đi rồi hôm nào anh kể tiếp chuyện cho nghe."

"Ừ, ngủ đi... Huy."

"Hãy gọi anh là Đái Bậy."

Tôi phì cười. Tôi không biết Đái Bậy từ đâu bước vào cuộc sống của tôi, là người tốt hay xấu, nhưng trái tim tôi đã tự coi anh là một người bạn đặc biệt. Ngoài ban công, Hoàng đang lúi húi kiểm tra mấy chậu xương rồng, chắc chắn hắn sẽ rất ngạc nhiên khi thấy chúng đã được tưới nước.

Chương 9

Đái Bậy giúp tôi vực lại tinh thần những ngày sau đó, cũng cùng đường sang Bách khoa, anh hay rẽ sang đưa tôi một đoạn đến trường. Thi thoảng anh vẫn trêu tôi cái vụ nhổ lông nách. Mỗi lần bị trêu như vậy tôi lại thầm chửi tên hàng xóm vừa lùn vừa xấu vừa bẩn tính của mình. Có hôm gặp Hoàng trên đường đi học. Hoàng nhìn tôi nhếch mép, khịt khịt mũi ý rằng: "Nứt mắt ra đã yêu đương, lại còn đưa nhau đi học! Vãi!". Nhưng tôi kệ xác hắn, tâm trạng của tôi tôi còn chưa thể quan tâm được hết, làm sao có thời gian đi quan tâm cảm xúc của người khác!

Tôi đếm từng ngày mong bố mẹ về. Không phải chỉ là nhớ nhung yêu thương, mà còn vì... đói! Ăn chực mãi nhà bà Tám cũng ngại, tôi vay tiền Linh ăn mì tôm qua ngày. Nhưng còn Ki nữa, tôi chịu đói được, nhưng để em lả suốt thì tội nghiệp. Những vụ việc rắc rối xảy ra xung quanh tôi càng ngày càng khiến tôi nhận ra rằng tôi với lão hàng xóm là oan gia. Tối thứ bảy, lão Hoàng ăn KFC xong quẳng xương thừa ra ban công. Bình thường tôi chẳng để ý làm gì, nhưng mấy ngày rồi Ki ăn uống khổ sở, thương quá nên tôi ngó ngó xung quanh, đánh liều trèo sang ban công nhà hắn để đem túi xương về. Vừa mới chạm tay vào đống rác thì Hoàng từ trong phòng hắn lao ra, cứ như hắn rình tôi sang rồi lao ra bắt vậy.

- Ăn trộm!

- Trộm cái gì? Sịp rách à?

- Không biết! Tự nhiên trèo sang đây làm gì? Mẹ ơi trộm!

- Im đi!

- Mẹ ơi iiiiii!

Hoàng vồ lấy tay tôi giữ lại, sợ tôi chạy về. Hắn gọi mẹ hắn lên bằng được. Tôi thì chẳng sợ, ăn trộm có túi xương thì cũng chẳng vào tù. Bác Ngọc chạy lên sau đó chưa đầy một phút, tay cầm cái ống sắt dài ngoẵng, vừa đi vừa gõ vào tường coong coong để dọa:

- Đâu? Trộm đâu?

- Đây! Nó mò sang nhà mình lén lút ngoài ban công! Con bắt được. Mẹ cứ bênh nó đi.

- Con chào bác! - Tôi nhỏ nhẹ ỏn ẻn.

- Con làm gì ở đây thế? - Bác Ngọc thở phào, hạ ống nước xuống, tôi được thể tấn tới:

- Hoàng vứt rác ra ban công, nó bốc mùi bay sang nhà con, con sang dọn mà. Hoàng đổ tội oan con vậy tội nghiệp lắm bác. Nhà con có thiếu gì đâu mà trộm cắp làm gì.

- Nói điêu, mày đang thiếu cơm...

Chưa nói hết câu, bác Ngọc đi ra nhéo tai Hoàng rồi chửi ầm lên:

- Cái thứ mất nết, dám nói con gái nhà người ta như thế. Xin lỗi em rồi đi vào nhà ngay!

Hoàng ôm má trợn mắt nhìn tôi. Tôi bình thản nhìn lại, tay vẫn cầm túi xương gà. Dù thế nào nhất quyết phải mang về cho Ki. Đợi bác Ngọc đi xuống nhà, tôi nhìn Hoàng cười nhẹ:

- Đúng! Thiếu cơm thì có thể đi xin, đi ăn cắp! Còn thiếu tình người thì tìm trên trời!

Xong xuôi bỏ về! Tất cả mọi thứ tốt đẹp về "anh hàng xóm" chính thức sụp đổ hết. Ánh mắt thẫn thờ pha chút hối lỗi của Hoàng cũng chẳng cứu được sự thất vọng của tôi về hắn.

Cái sự buồn của tôi chỉ được một lát thôi. Nhìn Ki ăn no, lòng tôi lại chộn rộn, tôi nhắn tin kể cho Đái Bậy nghe chuyện vừa xảy ra. Anh không quan tâm đến hàng xóm tôi như thế nào, anh gọi ngay lại, hét lên:

- Mấy ngày nay em ăn uống thế hả?

- Ơ. Vầng!

- Chó!

- Ô.

- Đợi tí anh mang đồ ăn sang cho!

Anh cúp máy ngay tức khắc. Tôi xoa xoa bụng. Ừ cũng đói lắm rồi. "Sao mình như một đứa trẻ 7 tuổi thế này?"

Đái Bậy đến cổng gọi tôi xuống lấy cơm. Chẳng hiểu sao, và cũng chẳng biết mình nghĩ gì, tôi mở cửa cho anh và buông lơi một câu: "Anh muốn vào nhà không?". Anh vào thật, rất tự nhiên và không câu nệ rằng nhà có mỗi tôi là con gái. Tôi lấy hộp đồ cơm ra, gọi Ki rồi đưa anh lên gác thượng nhà tôi. Đái Bậy rất thích những chai thủy tinh nhỏ đã được vẽ sơn xanh đỗ tôi treo trên đó, anh nghịch chỗ này chỗ kia một chút trong lúc tôi ngồi khoanh chân xúc cơm ăn.

- Này! Em khóc đấy à?

- Không!

Tôi vội gạt nước mắt. Nó cứ vô thức chảy ra một cách vô duyên.

- Em không có gì ăn sao không bảo anh?

- Em không đói!

- Còn dám cãi?

- Kể chuyện em nghe tiếp đi!

Và Đái Bậy đến bên ngồi cạnh tôi, anh vừa nhìn ra phía xa, nơi những ngôi sao lấp lánh lấp lánh, vừa nhẹ nhàng hỏi:

- Thế nhưng anh nói đến đoạn nào rồi nhỉ?

- Chị Củ Cải đến lấy hàng và anh chấm thuốc cho những vết thương của chị ấy!

- Ừ...

- Rồi sao ạ?

- *Chiều hôm đó anh đã nhận ra có một sự khác lạ trong trái tim mình. Em đã yêu bao giờ chưa? Em biết đấy, thật khó để tìm được một người có thể khiến trái tim ta bình yên. Và lại còn những điều bất chợt nữa. Chiều hôm ấy đột nhiên mưa to. Mà chưa bao giờ anh thấy mưa đẹp đến thế. Củ Cải đang ngồi thử sơn móng tay, thấy mưa cô ấy chạy ngay ra cửa, làm vệt móng tay đỏ quệt dài trên ngón tay trỏ. Cử chỉ đáng yêu khủng khiếp. Tim anh cứ*

đập loạn nhịp, khó khăn lắm mới giữ được nó bình thường.
Củ Cải kéo anh ra cửa, ngồi đung đưa chân bên cạnh anh,
ngắm nhìn những hạt mưa rơi vỡ òa xuống mặt đường.

"Em chẳng bao giờ muốn qua phố một mình

Trong cơn mưa như chiều nay đấy

Người ta bên nhau cứ cố tình khiến em trông thấy

Tự nhiên thấy buồn vì... họ có đôi!"

"Cậu lảm nhảm cái gì vậy?" - Anh quay sang sau
khi nghe Củ Cải lẩm nhẩm trong miệng.

"À không có gì đâu! Hì!"

Củ Cải lại cười. Ngoài trời ngớt mưa, anh đứng dậy,
lấy hết dũng cảm chìa tay ra ý muốn kéo Củ Cải đứng lên:

"Đi! Tôi đưa cậu về!"

"Ờ, tôi tự về được!"

*"Về kiểu gì? Đi bộ à? Tôi ngó thấy ví tiền của cậu
rồi. Không đủ tiền đi xe bus đâu!"*

Củ Cải cúi mặt xuống, lầm lì như xấu hổ khi bị
bắt thóp.

*"Làm sao? Hay mông cậu có nhọt không ngồi được
xe đạp à?"*

"Cậu nói cái quái gì thế! Đi!"

Củ Cải đứng phắt dậy vẻ giận dỗi, chạy ra đường
trước. Dưới những hạt mưa còn sót lại, tay Củ Cải khum
khum trên đầu che mưa. Hình ảnh ấy cứ ghi dấu trong
lòng anh mãi. Đèo Củ Cải sau lưng, trong lòng anh vui
như hát. Thi thoảng anh lại ngoái lại xem Củ Cải đã bị rơi

chưa, vì Củ Cải nhẹ quá, ngồi đằng sau mà như không. Anh vừa đi vừa trêu cô ấy:

"Cậu mà bị rơi thì nhớ hét lên để tôi quay lại nhặt nhé!"

"Có cậu bị rơi ấy, làm như tôi là chó mèo không bằng."

"Dùng sơn móng tay ít thôi nha, hại lắm!"

"Ơ, bán hàng mà nói thế ai mua."

"Nói đúng thì nghe đi, cãi nhiều!"

Hai đứa anh chành chọe nhau trên suốt đường về. Hà Nội mưa xong, mát dịu những cảm xúc không tên.

Và như thế, Củ Cải bước vào cuộc sống của anh mà không hề báo trước. Bất ngờ như một cơn mưa mùa hạ. Ào một chút, nhưng đủ làm ta ướt hết tóc và vai áo. Củ Cải mang đến cho anh những niềm vui nho nhỏ, những điều thú vị cậu ấy trải nghiệm hằng ngày. Củ Cải nhiều khi ngây ngô đến mức quá đáng, những lúc bọn anh hẹn nhau đi ăn kem, ngồi sau xe đạp, cô ấy vẫn hay lải nhải những câu hỏi vô nghĩa, có khi ngốc nghếch như thế này:

"Hôm nay tớ nhặt được một cái kẹo mút, tớ có nên ăn nó không hả Cà Rốt?"

"Ừ, cậu nên ăn bằng mũi!"

"Con tê giác lội xuống nước sẽ thành con hà mã, đúng không nhỉ?"

"Sai, nó thành con... ngựa!"

"Khi Cà Rốt chưa chín, nó có màu xanh không?"

"Nó màu đen!"

"Đen cái mặt cậu ấy!"

"Mặt cậu thì có."

Cứ thế, anh và Củ Cải thân thiết với nhau hơn. Ngày ngày, anh rẽ qua nhà đón Củ Cải đi học thêm rồi quay về cửa hàng làm việc, chiều đến lại đạp xe đón Củ Cải về, để nghe Củ Cải lảm nhảm mấy câu ngu ngu, quát Củ Cải nếu cô ấy quên mang mũ, đánh vào tay Củ Cải nếu cô ấy vẫn giữ cái tật cho ngón tay lên mồm gặm dù nó bẩn hay sạch... Những ngày Củ Cải buồn, cô ấy trầm lặng hơn. Khi ấy anh lại là người phải nói nhiều hơn, để Củ Cải quên đi những nỗi buồn trong lòng. Anh rất sợ những khi Củ Cải yên lặng. Bởi khi ấy, đạp xe dưới những vạt nắng của mùa hạ, mà trong lòng anh mưa như kéo đến giội ướt trái tim.

Thế nhưng cái gì cũng hữu hạn Vi à. Củ Cải ở bên anh suốt mùa hè năm ấy. Bọn anh chia sẻ cho nhau một góc trái tim của hai đứa. Trong ấy chứa những kỉ niệm, những cảm xúc vu vơ lượm lặt, những câu chuyện trường lớp bạn bè, những ký ức buồn về gia đình. Bố Củ Cải nghiện rượu, lúc nào cũng say khướt và đánh đập mẹ con cô ấy. Củ Cải chẳng ngại anh tí nào. Cô ấy luôn mua thuốc phóng đến cửa hàng anh làm việc, vén ống tay áo lên để anh xoa thuốc cho. Nhìn Củ Cải, trong lòng anh xót như xát muối. Nhưng cô ấy luôn cười, mặc dù vết thương đau tê tái đến toát mồ hôi.

"Không đau mà, thật đấy!"

"Im đi. Nghĩ tôi mất cảm giác chắc. Ngồi yên cho tôi xoa thuốc. Mà sao bố đánh không biết chạy?"

"Chạy làm gì? Đánh chán thì thôi."

"Củ Cải ngu!"

"Ơ! Mấc zậy!"

"Hừm!"

Củ Cải rất thích ngồi bên anh ngắm mưa. Mùa hạ hầu như ngày nào, chiều nào cũng có mưa, đến nhanh thôi, đủ ướt mặt đường rồi tạnh. Những giây phút hiếm hoi anh thấy Củ Cải không cười, lặng yên ngẩng lên mái nhà nhìn những giọt nước trong veo rơi xuống.

"Cà Rốt nè. Mưa đẹp nhỉ!"

"Ừ đẹp, nhưng ngậm mồm vào đi, dãi rớt đến cổ rồi đấy."

"Đồ điên, nước mưa mà."

Củ Cải đấm anh lia lịa, còn anh cười. Những hạt mưa rơi xuống mặt đường, lấp lánh, trong veo...

Hết mùa hè năm ấy, Củ Cải sang Nhật học. Những ngày trước khi bay, Củ Cải kéo anh đi ăn khắp nơi, vòng vèo cùng nhau khắp các ngõ ngách của Hà Nội. Anh đạp xe nhiều đến mức tối về nhà chân mỏi nhừ, cơ đau đến mức không co chân thay được quần. Củ Cải thì vẫn khúc khích cười trong điện thoại:

"Cậu là con sên, Cà Rốt ạ."

"Ờ, thế lần sau đi chơi thì đèo thử đi nhé!"

"Sau này về Việt Nam, tôi sẽ chở cậu bằng xe máy. Nhé!"

Gió cứ thổi những lời hứa vu vơ bay ra xa...

Ngày Củ Cải đi, anh vẫn phải làm việc ở cửa hàng. Không đi tiễn. Mà có đi cũng không được, anh có là gì đâu, đến đứng giữa gia đình, anh em, bạn bè của Củ Cải thì vô duyên lắm. Củ Cải nhắn cho anh một cái tin: "Ở nhà mạnh khỏe nha Cà Rốt, đừng để con thỏ nào ăn cụt tai nghe chưa". Anh cười buồn, không nhắn lại vì biết cô ấy nhắn xong sẽ tắt máy.

Thế là chia tay, chẳng ai nói với ai một câu ràng buộc. Củ Cải đến bên anh rồi đi. Nhẹ nhàng, tự nhiên như cơn mưa mùa hạ, rơi rồi tạnh.

Anh giữ liên lạc bằng những mail ngắn. Thi thoảng mới gửi, vậy mà ngày nào cũng như ngày nào, anh đều lướt qua lướt lại hộp thư đến để xem Củ Cải có bất chợt gửi một cái mail lạ cho anh không. Có những lúc bài tập, công việc mệt mỏi, anh chỉ gửi một cái mail cụt ngủn: "Củ Cải à!". Thế là đêm hôm ấy, hai đứa anh ngồi chat video với nhau đến gần sáng. Củ Cải kể chuyện, hát cho anh nghe, anh múa cho Củ Cải xem, Củ Cải cười như điên trong headphone. Để rồi sáng hôm sau đi học, cả hai đứa đều vật vờ như cú và tự nhủ từ nay chừa chat đêm.

Thời gian trôi, khi anh bắt đầu chìm vào thời gian ôn thi cuối cấp, thì Củ Cải đã hoàn thành xong chương trình học cần thiết cơ bản bên đó và về nước nghỉ một kỳ. Anh mong ngóng Củ Cải từng ngày một. Có hôm đi lang thang, anh chọn được cho Củ Cải một hộp hoa khô. Anh nghĩ có lẽ Củ Cải sẽ thích lắm.

Sáng sáng dậy đi học, mẹ anh nhìn anh rồi bảo:

"Huy cao nhanh nhỉ. Cao quá vạch mẹ vạch trên tường rồi kìa."

Anh giật mình quay sang nhìn. Đúng là đã cao quá mức mẹ dự đoán. Tự nhiên nghĩ về Củ Cải. Sau ba năm, không biết cô ấy có lớn thêm chút nào không. Nếu cô ấy vẫn nhỏ bé như cũ, thì chắc cô ấy chỉ đứng đến vai anh.

"Củ Cải nè, cậu có cao thêm chút nào không? Tôi đã cao thêm 10cm đấy."

"Hu hu, tôi không cao thêm chút nào cả, thậm chí còn lùn đi."

"Củ Cải ngộ độc phân bón nên mới vậy."

"Còn Cà Rốt ngấm thuốc tăng trưởng."

"Sớm về, tôi sẽ nhường cho cậu chút thuốc tăng trưởng để cậu lớn thêm ha."

"À, tôi mún giới thiệu một người cho cậu biết."

"Ai hả? Lại một cây Củ Cải lùn tịt à?"

"Không, anh ấy không lùn."

...

Như có một cơn mưa rào ập tới giội lên đầu anh vậy. Anh đủ thông minh để hiểu ra rằng Củ Cải có bạn trai. Hộp hoa khô anh nắm chắc trong tay, nát vụn.

Anh có là gì đâu! Có gì ràng buộc anh với cô ấy? Những cơn mưa mùa hạ chăng? Những hộp thuốc trị thương? Những lần cùng nhau vi vu trên chiếc xe đạp trên khắp những ngõ ngách Hà Nội? Chẳng có gì cả!

- Sao thế? Anh kể tiếp đi chứ?

- ...

- Huy...

- Đã bảo không được gọi tên anh cơ mà. - Huy quay ngoắt sang tôi trợn mắt.

- Giật cả mình. Sao anh đang kể lại im vậy?

- Buồn...

- Buồn á? Cái, cái gì? Chả lẽ hai người chia tay cho đến tận giờ? Chả ra làm sao cả. Chuyện buồn thế mà cũng kể em nghe.

- Im anh kể tiếp.

- Không nghe nữa, chuyện như rồ. - Tôi cầm cổ Đái Bậy lắc lắc.

- Chúng mày đang làm gì ở nhà tao thế?

Tôi giật bắn, toàn thân run rẩy. Bố Tùng đã về. Giọng bố rin rít kẽ răng. Đái Bậy bần thần đứng dậy không biết phải làm gì?

- Mày đang làm gì ở nhà tao? Cút!

Bố Tùng khật khưỡng đi về phía Đái Bậy. Tôi đẩy anh xuống cầu thang.

- Đi về đi anh.

- Cút!!!

Bố Tùng cứ chạy theo tôi. Đái Bậy vừa đi vừa hỏi: "Em sẽ không sao chứ? Em liệu có ổn không?". Tôi quát: "Anh về nhanh đi thì em sẽ ổn!". Đưa Đái Bậy ra cổng, mẹ vừa về tới, mẹ nhìn tôi rồi đi thẳng vào nhà. Tôi chỉ kịp mở cổng cho Đái Bậy rồi vào luôn không kịp chào.

Đêm tối. Một nam một nữ trên gác thượng. Nghe thì lãng mạn, nhưng cái lãng mạn đó trong suy nghĩ của người lớn thì thật khủng khiếp và bậy bạ. Bố Tùng đẩy tôi vào góc bếp, cứ thế rút thắt lưng mà đánh. Từng vệt thắt lưng vụt tới tấp lên mặt, lên tay tôi nóng rát. Tôi co ro ngồi im chịu trận.

- Khốn nạn! Anh định đánh chết nó à?

- Đĩ mẹ! Đĩ con!

Đánh tiếp! Đầu, cổ, tay, vai, lưng, chân... Chỗ nào cũng bỏng rát như bị xé, bị tước từng mảng thịt.

"Vi! Không được khóc! Không được khóc." - Đã vạn lần tôi tự hứa với mình như thế.

Mẹ lao vào đỡ cho tôi. Tai tôi ù đi, nghe u u những câu chửi rủa. Bố Tùng túm tóc tôi lôi xềnh xệch lên từng bậc cầu thang. Tôi trườn theo từng mép một. Cũng chỉ có điệu tống tôi vào phòng rồi khóa cửa lại mà đánh!

Ngoài cửa mẹ vẫn gào thét đập ầm ĩ đòi vào cứu tôi. Trong phòng bố vẫn ra sức dùng chân đạp, tay tát tôi liên hồi.

Tôi chịu đựng! Trong lòng cố gắng nghĩ đến viễn cảnh tươi sáng ở tương lai phía trước.

Nỗi đau, có ý nghĩa gì đâu? Khi trái tim đã biến thành băng giá!

Chương 10

Mặt trời vẫn mọc đằng đông và lặn đằng tây, trẻ con vẫn cắp sách đến trường vào buổi sáng, các cụ già vẫn ra bờ hồ tập thể dục, các đôi vẫn ôm hôn nhau trên ghế đá công viên, và tôi vẫn thức dậy chào đón ngày mới sau những cơn đau dai dẳng. Ki liếm nhẹ vào má tôi, nơi đã sưng tấy lên vì những cái tát. Ngồi dậy mà đầu óc chao đảo, chỉ kịp nhắn cho Linh một cái tin nhờ xin phép nghỉ học. Lết ra ban công mở cửa hứng nắng, cảm giác chân tay rời rã. Bố mẹ đã đi khỏi nhà, không cần biết tôi còn sống hay đã chết.

Tôi vào nhà tắm múc ca nước ra tưới cho mấy chậu xương rồng, tiện tay với sang tưới luôn cho xương rồng nhà Hoàng nữa. Đầu óc tôi cố tỉnh táo lại để nhớ ra đêm qua mọi chuyện tiếp diễn như thế nào nhưng chịu không nhớ nổi. Lắc đầu thật mạnh để rũ đi những ký ức khủng khiếp. Có những thứ nên quên thật nhanh. Cánh cửa bật mở, Hoàng phi từ trong phòng ra nhìn tôi, chắc lại định ăn vạ gì đó. Tôi mệt quá không thèm đáp lời, cố sức tưới nốt chậu cây rồi quay vào nhà.

- Này nhỏ! - Hoàng gọi tôi gấp gáp.

- Gì cơ?

- Mặt nhỏ...

- Mặt sao? Mới dậy, chưa rửa.

- Mặt nhỏ có máu đấy!

- Máu thì sao? Chưa nhìn thấy máu bao giờ à? Có thích nhìn không tôi lấy dao xỉa cho phát?

- Sao nhỏ kì vậy? Vệt máu khô ấy. Má sưng nữa.

- Nhiều chuyện!

Tôi lết vào phòng rồi nằm vật xuống giường. Chỉ muốn đứng dậy nhảy tưng tưng như mọi ngày mà không được. Giấc ngủ lại muốn kéo đến khép hai mí mắt nặng trịch lại.

- Vi ơi!

Lão Hoàng thì phải. Tôi hé mắt nhìn rồi lại nhắm tịt. Mệt thế này còn mò sang làm phiền nữa. Lại định cho hộp cơm rồi đi nói xấu người ta chứ có làm được gì hơn!

- Nhỏ ngất rồi à?

- Có im cho tui ngủ không thì bảo? - Tôi ngóc đầu lên gào to.

- Ừ thì cứ ngủ, việc tui tui làm.

- Làm gì?

Hoàng kiếm đâu ra cái khăn ướt lau lau mặt cho tôi. Cái con người này, lúc ghét thì ghét cay đắng, lúc thương thì thương nhiệt thành. Thiệt chẳng hiểu nổi. Hoàng không biết là nếu giờ bố Tùng mà nhìn thấy cảnh này thì hai đứa tôi chết chắc. Hoàng chấm chấm thuốc vào vết thương bên khóe môi, nhè nhẹ thoa khắp trán, vừa làm vừa hỏi vì sao ra nông nỗi này, nhưng tôi còn sức đâu mà trả lời. Chỉ biết sau đó tôi không ngại ngần chìa tay ra cho Hoàng để Hoàng lau và tiếp tục thoa thuốc lên những vết thương. Tôi bỗng nhớ đến bạn Củ Cải - cô gái của Đái Bậy, và thấy ấm áp trong lòng. Con gái, cho dù miệng cứ ra rả rằng chẳng cần ai quan tâm, nhưng nếu có người chăm sóc thì vẫn thấy hạnh phúc.

- Xong rồi! Thuốc tui để ở bàn nha! Đau thì lấy ra thoa.

- Ừ!

- Nhỏ ăn gì chưa?

- Ăn rồi!

- Ăn gì?

- Cơm cá rán!

- Sáng đã dậy nấu được rồi á?

- Không, ăn hôm qua!

- Đồ điên. Đợi tui về lấy cơm cho ăn.

- Tui không ăn cơm của ấy đâu. Rồi ấy đi nói với bạn tui là con đói.

- Tui... xin lỗi!

- Có lỗi gì đâu, là sự thật mà. Tui là một con đói cơm!

- Thật ra tui không có ý gì, chỉ là hai thằng con trai nói chuyện với nhau, nói xong quên thôi.

- Tui có nói gì đâu.

- Thì tui vẫn phải xin lỗi. Xin lỗi xong rồi, tui về lấy cơm nhá!

Hoàng chạy về. Tôi nghiêng mình cuộn tròn trong chăn, thuốc mát lịm trên má. Những vết thương đã bớt đau đi phần nào, và những giận hờn cũng tan biến hết. Mọi thứ như được gỡ bỏ.

Những ngày đầu tiên của tuổi trưởng thành, cuộc đời tặng cho tôi sự xuất hiện của hai chàng trai, bên tôi những khi tôi đau đớn nhất. Hoàng và Huy, mỗi người một tính cách, nhưng đều giống nhau ở một điểm chung, là có một trái tim ấm nóng và chân thành. Định mệnh khiến tôi mắc nợ họ rất nhiều. Không biết vì lí do gì mà có quá nhiều điều trùng hợp trên thế giới này. Mãi đến sau này tôi mới biết, cả anh hàng xóm và anh Đái Bậy đều có một gia đình không hạnh phúc, bố Hoàng thì bỏ mẹ con anh đi với người phụ nữ khác, bố Huy mất sớm. Nhiều khi tôi tự hỏi liệu có phải những đứa trẻ thiếu vắng tình thương như chúng tôi đã được số phận đưa đẩy đến bên nhau?

Hoàng chăm tôi hai ngày sau đó. Chúng tôi hay cãi nhau, xỉ vả nhau vì những xích mích vốn có từ trước, nhưng rồi lại cười xòa. Hoàng tối tối lại trèo sang cho tôi ăn cơm, bắt tôi thoa thuốc, giảng bài cho tôi hiểu những kiến thức còn trống vì những buổi nghỉ học. Tôi cười thật nhiều và cảm thấy cuộc đời này thật bình lặng. Những ngày ấy tôi hay lặng lẽ nhìn Hoàng cười. Cái mặt Hoàng ngố ngố, thi thoảng đang kể chuyện cho tôi hắn lại nghệt ra hỏi: "Ơ quên đời nó rồi, tui đang kể đến đâu rồi nhỉ?". Còn tôi thì có bao giờ để ý đến những câu chuyện của Hoàng. Một phần vì bận ngắm sự dại khờ trong đôi mắt ấy, một phần thì Hoàng kể chuyện ngu lắm.

Tôi đi học trở lại. Cô giáo có gặp riêng tôi để hỏi thăm tình hình sức khỏe.

Cô bảo: "Nếu thậm tệ quá, Vi có thể nói với cô để cô đến trò chuyện cùng bố mẹ."

Tôi trả lời cô: "Không phải như cô nghĩ đâu. Em chỉ bị ngã thôi mà."

Cô giáo vuốt nhẹ lên những vết bầm tím trên mặt rồi bảo tôi về lớp. Những ngày nghỉ học, Linh chép bài cho tôi đầy đủ. Nó không hỏi tôi rằng đã xảy ra chuyện gì. Tôi kể cho Linh nghe câu chuyện của anh Đái Bậy, nhưng nó cứ gạt phắt đi. Nó đã có ác cảm rồi thì khó có thể làm thay đổi. Nó vẫn gắt tôi: "Tao không hiểu sao mày lại có thể chơi với một thằng đái đường?". Còn tôi thì chỉ cười.

Thực ra chơi thân với ai cũng được, chỉ cần người ta tốt và thật lòng với mình. Tôi chợt nhớ đến một câu chuyện hồi còn học cấp 2: Ngày xưa tôi rất nhút nhát, không bao giờ dám bắt chuyện với ai. Ngày ngày đến lớp cũng chỉ thu lu một xó, học hết thì xuống lấy xe đi về. Con gái trong lớp ghét tôi, nói tôi chảnh chọe kiêu căng, tôi cũng kệ, con trai nói tôi bị câm, tôi cũng lặng im thay cho cách trả lời. Mọi thứ cứ bình lặng như thế cho đến một ngày, khi đang ngủ gật trong giờ ra chơi, một tên nghịch ngợm trong lớp lấy bật lửa bật đốt đuôi tóc của tôi. Nó không hề biết rằng tóc là thứ dễ bén lửa, vì vậy mà mới tách tách một cái lửa xòe một phát lên đến đỉnh đầu, khét lẹt! Tôi đứng phắt dậy lao ra góc lớp cầm xô nước úp vào đầu dập lửa, rồi hằm hằm tiến về thằng kia. Mắt tôi nóng ran, vằn đỏ. Tôi gầm lên: "TAO SẼ GIẾT MÀY". Trông tôi lúc đó chắc rất đáng sợ, tay cầm cái bút bi, đuổi theo thằng bạn. Tôi nghĩ nếu túm được nó tôi nhất định sẽ chọc mù mắt nó. Thằng bạn thấy bộ dạng điên khùng của tôi, cộng với nỗi sợ hãi về mái tóc cháy, nó chạy như ma đuổi. Tôi rượt nó mấy vòng quanh sân, nghĩ lại chẳng hiểu hôm đó ăn gì mà sức khỏe thần thánh vậy. Chạy riết, thằng đó mệt quá nghĩ ra cách chui tọt vào nhà vệ sinh nam. Nó chẳng ngờ tôi chạy vào theo. Tôi len lỏi túm bằng được thằng kia. Nó vừa giãy giụa vừa khóc ròng ròng. Tôi lấy hết sức, túm gáy nó ụp mặt vào bể nước rồi đi ra ngoài. Không chọc mù mắt, cũng không giết chóc chi hết! Chỉ là lúc bắt được thằng đó, mọi hận thù bay đi đâu, trong lòng đã hả giận phần nào.

Tôi nổi tiếng toàn trường từ vụ đánh nhau trong nhà vệ sinh nam như thế luôn. Bọn con gái bớt nói xấu tôi, sợ tôi ra mặt. Bọn con trai cũng bớt cạnh khóe. Riêng thằng bạn đốt tóc tôi kể từ bữa đó thân với tôi hẳn. Không hiểu vì sao. Còn tôi thì ngộ ra một điều. Ở trên đời này không có ai là yếu ớt, khi cần người ta sẽ vùng dậy thôi. Con giun xéo lắm cũng quằn, con người xéo lắm cũng quằn như giun.

- Vi đang nghĩ gì thế?

- Ủa, giật mình, không có gì, Nhật ạ! - Tôi nhìn thằng bạn đã từng đốt tóc tôi, cười tươi.

- Đau không? - Nhật chỉ vào mặt tôi.

- Không đau!

Nhật cười, rồi chạy ra hành lang chơi với Linh. Có những người bạn ấm áp như nắng, giúp một ngày của tôi không còn ảm đạm.

Hôm ấy Đái Bậy đón tôi ở cổng trường. Tôi trố mắt khi nhìn thấy anh.

- Anh làm cái quái gì thế?

- Gì thế này? Mặt em làm sao vậy hả?

- Em đấm nhau với thằng cùng lớp.

- Thằng nào? Chỉ nó cho anh!

- Anh làm gì?

- Đấm lại!

- Em về đây! Anh đi mà tìm!

Đái Bậy phóng xe đi theo tôi, chỉ đi theo không nói gì. Được một đoạn thì Hoàng lao vọt đến tách tôi và Đái Bậy ra. Tôi bất ngờ quá nên trừng trừng nhìn Hoàng. Hoàng lườm Đái Bậy rồi quay sang bảo tôi:

- Sao nhỏ cứ đi cùng cái thằng hiếp dâm này thế?

Hiếp dâm? Đái Bậy hình như nghe thấy, cười phá lên rồi lại vọt lên, chen vào tách tôi với Hoàng ra. Hoàng thấy thế tìm cách tách lại. Cứ thế mấy lần. Tôi chẳng hiểu hai người này có bị rồ không nữa.

- Làm cái gì vậy Hoàng?

- Mẹ tui dặn phải coi nhỏ cẩn thận khỏi người xấu.

- Mẹ đẳng ấy?

Chẳng biết bác Ngọc dặn dò gì Hoàng mà Hoàng lại thế nữa. Đái Bậy rồ ga lên chèn Hoàng rồi giọng trêu đùa:

- Đừng có cái gì cũng nói toẹt ra thế anh bạn!

- Kệ mẹ tôi!

- Thì chả kệ chứ tôi làm gì được mẹ bạn?

Nói rồi Hoàng đi sang phía bên tôi, nắm tay tôi kéo xe đạp đi nhanh, Đái Bậy lúc này không đuổi theo nữa. Còn tôi thì cứ cố gắng giằng tay ra khỏi tay Hoàng. Tên rồ này, thái độ thay đổi chóng mặt.

- Tui chẳng hiểu nhỏ nghĩ gì nữa? Bạn tốt thì chẳng thấy đâu. Giao du với toàn người xấu.

- Ơ hay, bỏ tay ra.

- Không bỏ!

- Khùng hả?

Rồi lại thêm một bất ngờ không mong đợi nữa. Bố Tùng chặn đầu xe hai đứa tôi, chỉ vào mặt tôi quát:

- Đi về nhà ngay. Còn thằng này, bỏ tay nó ra.

Tôi chết trân. Hoàng cũng vậy. Bố nhìn thấy cảnh con gái nắm tay trai đi giữa đường. Trời đất. Bố Tùng không đôi co thêm, vèo xe về trước. Lúc này trong tôi, sợ hãi tràn lên tận cổ. Trận đòn hôm trước vẫn còn khiến tôi hoảng hốt. Hoàng vẫn chưa buông tay, thậm chí còn nắm chặt hơn. Hắn thấy mặt tôi đơ ra nên huơ huơ trước mặt cho tôi định thần lại. Tôi ngước sang Hoàng, gần như mếu:

- Hoàng ơi! Hoàng có chỗ nào trốn được qua đêm nay không?

Hoàng nhìn tôi sững sờ. Nước mắt tôi lại bắt đầu chảy dài trên má. Lúc ấy chỉ ước Hoàng đưa tôi đi đâu cũng được, chui rúc bến xe, ngủ gầm cầu, bới rác ăn cũng được. Chỉ cần không về nhà để chịu đòn. Hoàng dùng tay còn lại lấy cái áo ba lỗ trong cặp ra cho tôi lau nước mắt rồi kéo tôi đi sang con đường khác. Chưa rõ là đi đâu. Chỉ biết từ lúc ấy, con đường mà tôi đi, luôn có Hoàng nắm tay bên cạnh.

Chương 11

Hoàng dẫn tôi đi lòng vòng cho đến tối mịt. Nhìn vào những ngôi nhà bên đường, thấy gia đình họ ngồi quây quần bên nhau dưới ánh đèn vàng mà thấy trống vắng. Thi thoảng Hoàng quay sang tôi dòm dòm, chắc xem tôi có khóc không. Đạp mãi mỏi chân, tôi đành hỏi Hoàng:

- Định đưa tui đi đâu vậy?

- Thật tình là tui cũng... không biết.

- Hả?

Tôi có trao niềm tin nhầm người không đây? Cũng không biết đưa tôi đi đâu mà dám dắt đi.

- Sao không nói từ sớm?

- Thấy nhỏ khóc sợ thấy mồ bố ai dám nói?

- Thôi tui đi về!

- Đừng về, hôm trước nhỏ bị đánh tui sợ lắm!

- Tui còn chẳng sợ đằng ấy sợ chi? Hâm nặng!

Tôi đạp xe rẽ về nhà. Dù gì thì cũng phải đối mặt thôi. Cùng lắm thì ngồi chịu cho đến khi bão qua. Riết thành quen rồi.

- Từ từ đã. Vi ơi!

- Gì nữa?

- Hay về nhà tui nhé!

- Điên à?

- Mẹ tui vừa gọi bảo đưa nhỏ về nhà!

- Thôi tui ngại lắm!

- Đi về!

Hoàng lại giằng tay tôi lôi đi. Nhiều khi tôi không hiểu Hoàng nghĩ gì nữa. Nhưng dù gì cũng sợ về nhà, tôi qua nhà Hoàng ở tạm cũng được. Vừa đi Hoàng vừa quay sang "dạy dỗ" tôi:

- Tui thấy nhỏ cũng kì, nhỏ đứt dây thần kinh phản kháng rồi hả? Mà không, đứt thì đã không tát tôi lật mặt hồi trước. Thế thì bị làm sao? Đánh mà cũng không biết chống cự là sao?

- Lải nhải gì đó?

- Hừ, người như nhỏ xã hội bó tay rồi.

- Người như tôi sao?

Tôi phì cười trước điệu bộ bất lực của Hoàng. Hoàng tự nhiên và trẻ con như một bông hoa cứt lợn mọc tùm lum ngoài đồng. Hoàng hay lảm nhảm một mình và chẳng cần biết tôi có nghe hay không, luôn cố tỏ ra mạnh mẽ và to lớn, có thể bảo vệ cho tôi. Dù tôi biết nếu giờ đây chúng tôi gặp du côn, chắc chắn Hoàng sẽ bỏ tôi lại mà chạy mất dép.

Phải làm sao cho tên khùng này buông tay tôi ra bây giờ? Tôi có bay mất đâu mà hắn cứ cầm như xích chó vậy. Đột nhiên Hoàng dừng phắt lại, chỉ cho tôi chỗ góc đường:

- Nhìn kìa nhỏ! Tui thấy cái thùng kia động đậy.

Động đậy thật. Tôi chống xe chạy lại xem, Hoàng sợ chuột sợ gián nên chẳng dám mon men lại gần bãi rác. Thùng các tông còn mới và bọc cẩn thận.

Mở ra thấy con người sao ác quá trời. Một đàn mèo năm con, bệt xề lệt ở đáy hộp cùng với mảnh áo trẻ em. Tôi bế một bé lên xem, đã khá cứng cáp và có thể dứt mẹ được rồi, tuy tiếng kêu còn yếu ớt. Hoàng lò dò đến gần, nhìn kĩ rồi reo lên:

- A, mèo!

- Mang về nhé?

- Hả?

- Chứ không bỏ ở đây sao?

- Mẹ tui ghét mèo lắm không được đâu.

- Tui sẽ giấu! Nha nha!

- Không được thật mà!

- Tui cầu xin tui năn nỉ Hoàng, đi mà Hoàng, tui yêu Hoàng nhất trên đời!

Tôi quen thói nịnh con Linh bằng câu "Tao yêu mày nhất trên đời" nên lỡ mồm nói với Hoàng như thế luôn. Ai ngờ hắn tròn mắt rồi đau khổ gật gật đồng ý. Tôi sướng quá ôm thùng mèo về. Trong lòng nghĩ mà thương bé mèo mẹ chắc giờ này đang gào khóc tìm con, hoặc là đã bị thằng chủ khốn nạn xách đi thịt.

Hoàng dẫn tôi đi một lối khác về nhà Hoàng không qua cổng nhà tôi. Tôi rón rén cất xe rồi ôm thùng mèo đi lên gác khi thấy bác Ngọc đang tắm. Xong xuôi mới xuống đợi bác và Hoàng cùng nấu cơm. Bác Ngọc đối với người ngoài rất ít nói, có nói gì thì chỉ mắng Hoàng thôi. Bác mắng chửi Hoàng như trút hết mọi áp lực bực tức của cuộc sống lên đầu Hoàng vậy. Có lẽ Hoàng biết những nỗi khổ của mẹ nên hắn cũng im lìm chịu đựng. Vậy mà còn nói tôi mất dây thần kinh phản kháng.

Bác Ngọc nhìn thấy tôi đứng co rúm ở cạnh bàn ăn vội chạy ra nhéo nhẹ tai tôi và nạt:

- Cha trời cái con nhỏ mất nết, sao mày lại để bị đánh thế hả bà nội trẻ? Nhìn này, mắt mũi tay này, còn chân thì sao hả? - Vừa nói bác vừa ấn tôi xuống ghế và kéo ống quần tôi lên trong khi tôi cố ngăn lại vì Hoàng cứ đứng đó nhìn. - Đây này, cha nó, sao nó đánh con ác vậy trời, nó quật bằng chổi lau nhà hay cái gì đây? Hả?

- Dạ thước gỗ con đo vải may quần áo.

- Cái thứ mất dạy. Thế còn lưng thì sao?

Bác lại tiếp tục vạch vạch áo tôi lên trong khi tôi gần như phát khóc vì Hoàng vẫn đứng chăm chú nhìn. Đồ biến thái! Bác Ngọc vỗ vai tôi cái đét! Đúng chỗ đau, rồi cho tôi một tràng:

- Ngốc quá, đã bầm tím hết thế này còn mặc xu chiêng? Cởi ra!

Tôi vội phi ra chỗ Hoàng nấp vì nếu không kịp bác sẽ lột áo chíp tôi ra thật. Hoàng nhăn mũi bảo:

- Mẹ làm gì kì vậy? Con gái nhà người ta.

- Im ngay thằng đầu trâu này. Con gái tao chứ ai. Đi vào đây tắm đi con, nước nóng có rồi.

Bác chạy lại cầm dắt tôi vào nhà tắm, quẳng cho tôi bộ quần áo ở nhà của bác rồi đóng cửa lại. Tôi tần ngần đứng cầm bộ quần áo một lúc, rồi tiến đến gương. Khuôn mặt tôi hiện rõ ràng trong đó, mái tóc phất phơ trước trán, đôi mắt vô hồn và khóe miệng còn bầm tím. Khuôn mặt tôi thừa hưởng những nét của mẹ, giống đến kì lạ. Phải chăng vì thế mà bố Tùng ghét tôi đến thế?

Tôi bật nước lên và đứng yên dưới dòng nước, mong rằng tất cả buồn phiền đau đớn sẽ trôi đi hết.

Tối hôm đó tôi giúp mẹ con Hoàng nấu cơm. Bác Ngọc bảo mẹ tôi đi "công tác" vài ngày có gửi tiền bác nên tôi cứ qua ở. Hoàng nghe thấy thế gục gặc cái đầu, không đoán được là hắn đồng tình hay phản đối. Nhưng dù thái độ thế nào thì tôi vẫn phải ở đây, vì chẳng còn nơi nào để đi.

Bác Ngọc vẫn hay gọi tôi trìu mến là: Con gái!

Bác thích ngồi vần vò tôi như mần một con cún nhỏ. Bác buộc tóc cho tôi, vuốt má, may quần áo cho tôi. Đến mãi sau này nghe bà nội Hoàng kể lại tôi mới biết, bác Ngọc không chỉ sinh mình Hoàng, khi có bầu bác mang thai đôi, sinh đôi, nhưng chỉ được nuôi một, còn ông nội Hoàng nuôi bé còn lại không hề cho mẹ con gần nhau chút nào. Phải chăng vì thế mà mẹ Hoàng luôn yêu thương những đứa trẻ xung quanh bác như tình yêu dành cho đứa con xa vắng cách ngăn?

- Này, nhỏ đi chăn mèo đi. - Hoàng thủ thỉ vào tai tôi khi thấy mẹ về phòng ngủ.

- Ừ!

Tôi và Hoàng chạy lên gác thượng, chui vào gian nhà kho nhỏ ngổn ngang bàn ghế đồ đạc, rót sữa và cháo ra cho mấy bé mèo. Hoàng cẩn thận cầm chổi quét hết mạng nhện và bụi bặm để bụi bẩn không bám vào người tôi. Tôi nhìn lũ mèo nhỏ liếm sữa một cách ngon lành, trong lòng ấm áp khó tả. Xong xuôi Hoàng dắt tôi ra sân thượng, đi qua khoảng sân có mái che thì đến nửa sân còn lại, một mảnh trời với bạt ngàn sao. Không giống sân thượng nhà tôi, đóng khung hết cả, muốn ngắm trời phải thò đầu qua song sắt.

- Đẹp không?

- Đẹp!

- Tui vẫn trốn lên đây mỗi khi buồn bực. Đằng ấy thì sao?

- Tui á? Tui... chui vào tủ!

- Gì kì quặc vậy?

- Có gì kì quặc đâu.

Hoàng ngúc ngắc cái đầu rồi ngẩng lên nhìn trời. Tôi ngồi xuống cái ghế gỗ dài cạnh đó, đung đưa chân, miệng lẩm nhẩm mấy giai điệu quen thuộc. Thi thoảng nhìn vẻ mặt ngơ ngơ của Hoàng, bao nhiêu cảm xúc của cái hồi yêu đơn phương lại tràn về. Muốn quay sang bảo: "Này đằng ấy, xưa tui đã từng thích đằng ấy đấy" nhưng lại thôi. Sến quá trời!

- Nhỏ hết buồn chưa?

- Gì hả?

- Nhỏ điếc à?

- Láo toét! Hết buồn rồi!

- Đó! Nghe thấy mà cứ hỏi lại.

- Hì, thế Hoàng hỏi làm chi?

- Tui sợ nhỏ vẫn buồn!

- Tui không buồn đâu! Tui ít khi buồn lắm!

- Cho tui xin lỗi những gì không phải nha. Tui nói thật là lúc đầu tui không nghĩ mọi chuyện lại đi quá xa như thế. Rồi những hiểu lầm làm hai đứa mình nghĩ sai lệch méo mó về nhau quá nhiều...

- Tui có ghét gì Hoàng đâu. Tui chóng quên lắm.

- Không ghét thật à?

- Thật!

Tôi gật đầu thật mạnh, Hoàng nhìn tôi cười rồi mặt tự nhiên biến nham hiểm dễ sợ:

- Mà cũng khùng cơ. Nhìn cái tướng nhỏ nhổ lông nách thiệt không thể mê nổi.

- Im đi. Nó dài thì phải nhổ chứ sao.

- Tui sẽ tặng nhỏ bộ dao cạo râu! Chịu không?

- Nói chuyện kì quá. Tui đi xuống nhà đây.

Tôi đẩy ghế cho Hoàng ngã chổng kềnh ra đất rồi chạy xuống phòng Hoàng. Căn phòng nhỏ đơn giản đến mức không có điểm nhấn gì hết. Quần áo thì cả tuần cuộn cuộn lại nhét vào trong tủ. Trên bàn học là cái khung ảnh Hoàng hồi còn bé, ngồi ở bậc thềm, đũng quần bị mẹ xẻ ra để đái dầm mà không ướt quần. Tôi cầm khung ảnh cười phá lên làm Hoàng ngượng, giật khung ảnh đem đi giấu.

Chỉ ở nhà Hoàng được một lát nữa thôi, tôi còn phải về chăm Ki nữa. Trong lúc Hoàng đi giặt quần áo, tôi dọn phòng cho Hoàng, nhìn thấy cuốn nhật ký nhỏ bằng hai bàn tay Hoàng đặt ngay ngắn dưới chiếu. Chẳng nói chẳng rằng, tôi nhét vào áo rồi cầm về luôn. Kể cũng xấu tính thật. Nhưng tại vì tò mò về chàng trai mình thích quá nên tôi cứ làm liều.

Nhật ký Hoàng viết từ khi lên lớp 6, đánh dấu bằng mốc thời gian bố Hoàng rời bỏ hai mẹ con Hoàng mà đi theo người phụ nữ khác trẻ đẹp hơn. Những ngày đầu hình như vừa viết vừa khóc, hoặc là vừa viết vừa rớt dãi không biết, mà thi thoảng có chữ nhòe nhoẹt vết nước. Giọng văn ngây ngô và trẻ con lắm.

"Thế là hết! Tao thề từ nay cô giáo hỏi con ai tao sẽ chỉ trả lời con mẹ Ngọc, hỏi bố đâu tao sẽ bảo: Cháu là anh em Thánh Gióng! Cóc cần bố!"

Tôi vừa bật cười, vừa xót xa. Chỉ cách nhau một bức tường thôi, bên này tôi ngồi thu lu một góc cạnh Ki, dưới cây đèn bàn hắt sáng một góc, tay ôm trọn cuốn sổ nhật ký của chàng trai tôi thương, bên kia anh ấy đang làm gì? Cũng không biết nữa. Nhưng tôi mong rằng đêm nay Hoàng sẽ ngủ ngon.

Chương 12

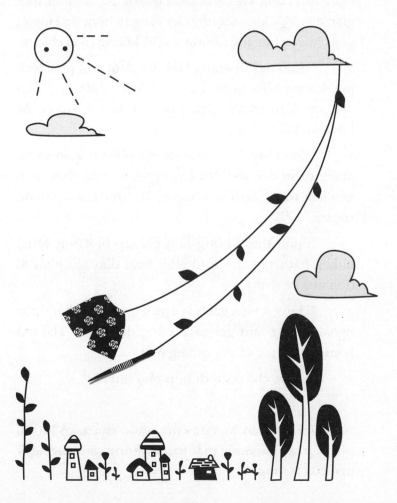

Cả đêm hôm ấy tôi ngồi đọc nhật ký của Hoàng. Có lẽ cậu ấy chẳng nhớ đến cuốn nhật ký giấu ở đầu giường này đâu. Bởi nó đã viết đến trang cuối từ cách đây hai năm khi Hoàng lên lớp 11 thì dừng viết. Hoàng không viết đều đặn, không phải ngày nào cũng viết, mà cách quãng có khi một thời gian dài. Mỗi khi viết nhật ký là ngày hôm đó Hoàng gặp chuyện bực tức không vui và không có ai chia sẻ.

"Hôm nay bị thằng Hải Tấn đấm một phát lệch má, không hiểu mình làm gì mà tự nhiên nó xông vào lớp đấm mình. Chiều hỏi lại thì nó bảo ĐẤM NHẦM! Bố nó!"

"Con Quy Cậy chuyên gia phô cô giáo mình mang diêm đến lớp đốt chân ghế, nay nó chơi canh keo làm rớt 10 nghìn. Mình nhặt được nhưng mình cóc trả."

"Buồn thế! Không làm bài tập bị đứng bảng, không hát trong 15 phút sinh hoạt đầu giờ phải đi dọn nhà vệ sinh."

"Dựng 4 viên gạch với miếng gỗ dài nhặt được ngoài đường làm giá sách cũng đẹp phết. Thế mà hôm sau đi học về mẹ quẳng mất."

"Chán, chả có ai đi họp phụ huynh!"

...

Tôi vừa ôm Ki vừa cười khúc khích, có lúc lại phải lấy tay lau nước mắt trước những cảm xúc ngây ngô của Hoàng:

"Mẹ bảo không được ăn nói trống không bố láo với bố! Dù có tội lỗi gì thì cũng là bố mình, đã đẻ ra mình, tội mất dạy là tội vô đạo nhất của những đứa con.

Đẻ ra một đứa trẻ để rồi làm tổn thương nó? Vậy thì đừng đẻ còn hơn!"

Thế giới bí mật nơi nhật ký đã giúp tôi hiểu Hoàng hơn, tôi tìm được ở Hoàng quá nhiều điểm chung. Chúng tôi như bước đến từ một thế giới, gặp nhau ở đây, dù chưa nhận ra người quen, nhưng những gì xảy ra phần nào tạo nên duyên số. Tôi gấp cuốn sổ lại khi đọc được một phần ba, bò lên giường vì mệt quá, những vết đánh vẫn đau nhức và khiến tôi chảy nước mắt khi vô tình chạm vào.

Hoàng nhắn tin: "Nhỏ ngủ chưa?"

Tôi nhắn lại: "Tui ngủ rồi, Hoàng ngủ đi."

"Khóa cửa vào nhé!"

Tôi cười dịu dàng, ôm cuốn nhật ký trong lòng và nhắm mắt lại. Cảm xúc yêu thương ngây dại của những ngày đầu khi mới quen nhau như một liều thuốc kỳ diệu chữa lành những vết thương của hiện tại. Tôi để ý đến Hoàng nhiều hơn, quan tâm đến Hoàng nhiều hơn, quên đi hết giận hờn xích mích. Hoàng đã quá khổ, tôi cũng quá khổ. Chúng tôi không nên làm khổ nhau thêm!

Đái Bậy chiều thứ bảy nào cũng đến đón tôi khi tôi tan học. Anh đi chậm cùng tôi về một đoạn đường. Anh kể cho tôi nghe tiếp câu chuyện tình của anh với Củ Cải, kể về thời gian Củ Cải yêu một chàng trai khác rồi nhận ra đó chỉ là tình cảm ngộ nhận, cô ấy trở về bên Đái Bậy, cùng anh đi tiếp con đường tình yêu của họ. Nhưng rồi lỗi lầm chẳng biết từ đâu xảy đến, bên nhau chẳng được mấy đã lại cách xa. Mỗi con người chúng ta sẽ không thể biết được khi nào thì những người mà ta yêu thương không còn ở bên ta nữa. Có cuộc chia ly nào mà không buồn, nhất là những cuộc chia ly nói với bạn rằng sẽ rất lâu sau mới còn gặp lại.

- Bố cô ấy biết cô ấy đang quen với một thằng "không môn đăng hộ đối" như anh, nên tất cả chấm dứt.

- Rồi anh đồng ý?

- Anh biết làm gì? Nói với ông ấy là "Kệ mẹ bác" à?

Mặt Đái Bậy iu như bánh đa ngấm nước.

- Khi say, đừng bao giờ nhắn tin cho người yêu cũ.

- Sao cơ?

- Hôm qua anh say, chẳng hiểu sao anh nhắn tin chửi Củ Cải không tiếc lời, sáng tỉnh dậy không nhớ gì, đọc lại tin nhắn mà hoảng.

- Anh chửi cái gì cơ?

- Chửi cô ấy đần độn, ngu ngốc, không chủ động, ba phải, bla bla...

- Thôi xong, anh đã tự đẩy tình yêu của mình xuống bờ vực thẳm.

- Em có thôi ngay đi không?

- Kệ anh, em về với Quần Đùi Hoa của em đây.

- Đã "của em" rồi à?

- Ừ! - Tôi vênh mặt lên.

- Để anh theo em về nhà, rồi hôn em trước mặt nó.

- Đừng có điênnnnn!

Tôi hoảng quá chạy trước. Đái Bậy khốn nạn lắm. Nói thế không khéo làm thật. Đái Bậy cứ cười đằng sau. Tôi vừa đạp xe vừa nghĩ: "Lạ thiệt, đàn ông con trai, dù buồn đến cỡ nào cũng cười được".

Về đến nhà thấy Hoàng đang quét sân ngoài cổng. Hắn nhìn tôi nhăn nhở:

- Xin chào!

- Dở à?

- Ô, không đánh thì bảo tui hiền, tui đánh cho lại bảo không yêu thương súc vật.

- Im đi. Đằng ấy quét hay cào sân đấy?

- Tối thích ăn gì?

- Có gì ăn rồi?

- Chẳng biết! Mẹ đi công tác nên mua một đống thức ăn để tủ lạnh.

Tôi dắt xe vào sân rồi đi vào bếp. Hoàng lon ton chạy theo. Bấm bụng muốn cười lắm rồi nhưng vẫn làm mặt nghiêm quay ra:

- Có cả cá với thịt, ăn gì?

- Ăn gì cũng được, nhỏ nấu đi!

- Sao lại tui nấu?

- Thôi tùy, tui nấu thì cũng được, nhưng sợ nhỏ không nuốt được thôi.

Tôi cũng biết thế, nhìn Hoàng chưa chắc đã nấu được cơm. Cất cặp sách rồi cùng Hoàng làm bữa. Căn bếp nhỏ ầm ĩ buổi chiều muộn. Hoàng mà đã thân thiết với ai thì nói nhiều kinh khủng, kể toàn những chuyện ở đâu ở đâu. Kể cả chuyện thằng bạn ở lớp hôm nay quên kéo khóa quần đến chuyện con bạn nghịch ngợm cầm dao chặt cái bút xóa bị bắn toét một phát vào mặt trắng hếu một mảng. Bó tay!

Hoàng còn ngốc và rất trẻ con. Cờ vua cũng không biết chơi, bắt tôi ngồi dạy mỏi mồm cả buổi tối mà vẫn nhầm không nhớ được vị trí của con Xe và cách đi của con Tượng. Đôi lúc bực mình tôi phải gắt lên: "Trời ơi sao trên đời lại có người ngu như đằng ấy hả?". Dù ngu nhưng cũng có lòng tự trọng, biết giận biết xụ mặt dỗi tôi. Tôi cũng lỡ lời nên nhởn nhơn xin lỗi rồi dạy tiếp. Tôi rất thích điệu cười hệch hệch của Hoàng, trong mát như một buổi sáng mùa thu không nắng ấy. Có buồn đến mấy, nhìn Hoàng cười cũng tiêu tan hết.

Tôi dần dần xóa đi ác cảm với anh bạn hàng xóm từ những điều giản dị nhỏ bé. Từ những chậu xương rồng, từ một vài câu chuyện vu vơ, từ những bữa cơm nhỏ chia sẻ miếng thịt miếng cá cho lũ mèo con, từ mấy cái bánh cậu để dành cho tôi đêm ăn đỡ đói. Với một cô gái thiếu thốn nhiều thứ như tôi, thì những gì Hoàng mang đến là quá đủ, như một đốm lửa âm ỉ nóng, chỉ cần một cơn gió nhẹ thổi tới là có thể bùng lên dữ dội. Hoàng vô tư chẳng hề biết điều đó.

Đêm đến, tôi lại lôi nhật ký của Hoàng ra đọc, có đoạn khiến tôi đơ mặt ra một lúc rồi cười phá lên. Những ngày đầu tiên dậy thì, Hoàng tâm sự với nhật ký từng tí một làm tôi chết cười: "Hai cái đầu ti sưng đau ơi là đau. Mình có phải con gái quái đâu? Nó lồi lên như hai quả bòng thì bỏ xừ". Có vài đoạn Hoàng viết tôi phải tra Google đọc mới hiểu. Những bí mật của một chàng trai mới lớn thật là khó tả. Hic hic!

Mấy ngày sau bố mẹ lại không về nhà. Tôi thấy như thế này bình yên hơn cả. Hoàng cho tôi ăn cơm, giảng bài cho tôi hiểu, nói chuyện cùng tôi, quần áo của tôi Hoàng cũng lôi về tống vào máy giặt giặt luôn một thể, mặc cho tôi gào thét rằng như thế sẽ bị ám mùi của hắn.

**

Một tối chủ nhật, tầm 10 giờ, Đái Bậy nhắn tôi xuống cổng trong lúc tôi đang ngồi làm bài tập. Ngạc nhiên vì anh đến bất ngờ, tôi chạy xuống xem có chuyện gì. Vừa mở cổng đã ngửi thấy mùi rượu nồng nặc. Đái Bậy ngồi im lìm trên cái xe Min của anh ấy, khuất trong lùm cây trước cổng nhà tôi, nhìn thẳng vào tôi với đôi mắt đỏ khè.

- Anh khóc đấy hả?

- ...

Đái Bậy im lặng, cười.

- Anh buồn thì cứ nói với em, sao anh cười hoài vậy?

Đái Bậy đột nhiên kéo tôi vào lòng. Lần này tôi biết, anh ôm tôi không phải vì muốn trêu Hoàng. Tôi đẩy anh ra nhưng không nổi. Anh ôm chặt quá. Giọng anh phả hơi rượu bên tai tôi:

- Nụ cười ngây ngô, ta đánh mất trong dòng đời hối hả. Nụ cười giả tạo, ta nhặt được từ xã hội bon chen.

- Anh bị làm sao mà uống nhiều như thế này? Nói em nghe?

- Tại sao em giống cô ấy như vậy chứ? Tại sao hả?

- Cô nào? Anh điên à?

Một hồi lâu lặng im, Đái Bậy buông tôi ra, anh tra khóa xe mà trượt đi trượt lại, đến mức tôi phải giật khóa cắm vào ổ cho.

- Rượu không tốt đâu. Có buồn thì mua thuốc an thần rồi ngủ một giấc. Tỉnh dậy sẽ thấy ổn hơn.

- ...

- Anh về đi! Em mong mai anh vẫn sống để gặp em.

- ...

- Về đi chứ còn gì nữa. Đừng tưởng em quên cái ôm hôm nay nhé. Không phải muốn gì cũng được đâu.

Đái Bậy cười rồi phóng đi. Tôi đứng nhìn cho đến khi xe anh khuất hẳn. Không biết xảy ra chuyện gì, nhưng mong anh sẽ bình yên.

Chạy lên phòng, cầm điện thoại thấy Hoàng nhắn tôi ra ban công nói chuyện. Tôi thắc mắc không hiểu hôm nay ngày gì mà hai lão này dở chứng thế. Mở cửa đi ra, thấy mặt Hoàng đanh lại:

- Nhỏ vừa đi đâu?

- Tui ở phòng mà?

- Ờ, không ngờ nhỏ là loại người thế!

- Loại người gì?

Hoàng bỏ vào phòng. Rồ chắc? Tôi trèo qua lan can chạy theo:

- Này, nói nốt đi chứ?

- Tôi chả thấy hết rồi! Tôi đi mua chè định gọi nhỏ sang ăn, thấy không bắt máy tưởng nhỏ ngủ rồi chứ. Hóa ra là xuống cổng ôm bạn trai. Xin lỗi!

- Ơ, dở à? Tôi không ôm.

- Nó ôm! Như nhau cả.

- Đó không phải là bạn trai tôi.

- Sao nó ôm nhỏ?

111

- Tôi không biết!

- Rồi nhỏ đứng im cho nó ôm mà?

- Tôi...

- Thôi nhỏ về đi!

Ngượng quá đành quay về. Cảm giác này là cảm giác gì? Bực bội! Làm quái gì tôi phải giải thích với hắn? Hắn là gì của tôi mà thái độ như thế? Chả hiểu!

Bọn con trai, cứ như điên ấy! >_<

Chương 13

Sáng dậy đi học, tôi vừa soạn sách vừa nguyền rủa Hoàng. Đồ đáng ghét! Đêm qua nằm mơ thấy hắn cưỡi mèo, cầm gậy, đuổi theo tôi đang cưỡi chó. Tỉnh dậy mà hết hồn. Tên ngốc này chắc vẫn còn giận vụ tôi "ôm trai" hôm qua. Vừa nghĩ thôi mà đã thấy hắn gõ cửa ban công nhè nhẹ. Mở ra là chình ình cái mặt mắt sưng húp:

- Ăn đi rồi đi học má!

- Cái gì đây?

- Cứ đấy hỏi nhiều!

- Chó!

- Còn không nhanh lên tôi khợp cho phát giờ.

Tôi giở gói bánh dày giò Hoàng đưa cho ra ăn ngon lành, vừa ăn vừa cười tủm tỉm. Ăn xong cấu Ki vài cái rồi đi học.

Đái Bậy đợi tôi ở cổng từ bao giờ. Tôi tròn mắt ngó ngó anh xem anh có bình thường không. Mùi rượu không còn, mắt cũng không đỏ, mặt đểu đểu như bình thường.

- Anh cũng khỏe như trâu ấy nhỉ?

- Cái gì?

- Say khướt thế mà vẫn chạy xe được về nhà, sáng vẫn dậy sớm được.

- Cảm ơn cô! Lên xe đi anh rước đi học.

- Anh có lái được không đấy?

- Thì em lái đi.

114

Thôi lạy hồn, nhìn cái xe như con ve sao mà lái. Tôi trèo lên xe Đái Bậy, ngáp ngáp mấy hồi. Tôi rất sợ đi xe cùng Đái Bậy mà anh cứ lặng im không nói gì. Cảm giác anh có thể lao thẳng vào đầu ô tô tải mà kéo theo cả tôi chết theo.

- Này, anh sao thế?

- Anh sắp đi xa rồi, đưa em đi học một buổi thôi mà.

- Anh đi đâu?

- Anh đi tìm Củ Cải.

- Cô ấy đâu?

- Chuyển nhà, không biết lưu lạc ở đâu, nhưng anh sẽ đi tìm.

- Anh có chắc là sẽ tìm được không?

- Còn yêu nhau là còn hi vọng, còn hi vọng là còn tìm.

- Có chuyện gì xảy ra với cô ấy vậy anh?

- Bố nghiện, bán nhà, chạy nợ.

- Anh kể chuyện cái kiểu gì thế hả?

- Đến trường em rồi này.

Tôi xuống xe, chạy ra trước ngó ngó Đái Bậy:

- Anh ổn thật chứ?

- Ổn!

- Vậy, hẹn gặp lại! Nhé?

- Nhớ ăn uống đầy đủ, về nhà khóa cửa, học hành cẩn thận, đừng để bị đánh.

Tôi nhẹ nhàng gật đầu, trong lòng muốn khóc, hiếm khi được ai đó quan tâm cặn kẽ như thế. Tôi dặn Đái Bậy phải cẩn thận, mang tiền đầy đủ, giấy tờ cất kĩ, và quan trọng là đi đâu thì cũng phải nói rõ ràng để bố mẹ mình không lo. Đái Bậy chỉ cười, anh xua xua tay bảo tôi vào lớp. Anh nói anh sẽ ổn, sẽ gọi về cho tôi. Tôi thả từng bước về phía cổng trường, chốc chốc lại quay lại nhìn anh. Anh vẫn đứng góc đường, dưới những tán cây, vẫy tay chào tôi.

Mấy tiết học của ngày hôm đó chẳng hề vào đầu tôi chút nào, tôi nghĩ về Hoàng, về Đái Bậy, và cả về mẹ. Mẹ đến trường gặp cô giáo chủ nhiệm tôi từ sáng. Mẹ nói mẹ sẽ rút hồ sơ chuyển trường cho tôi. Tôi chỉ kịp chạy theo mẹ và gần như khóc:

- Tại sao lại như thế? Con không đi đâu hết!

Và nhận được câu trả lời rất lạnh lùng:

- Đấy không phải là việc của con!

Linh ôm tôi khi thấy tôi ngồi khóc trên sân thượng của trường. Tôi không hiểu tại sao bố mẹ lại coi tôi như một con rối, tha lôi tôi đi đủ khắp nơi mà họ muốn, không cần biết tôi có buồn hay không.

- Tao múa khỉ cho mày vui nhé?

- Mày thôi đi, để tao yên!

- Mày sẽ chuyển đi đâu?

- Chưa biết!

- Hay là bỏ trốn đi?

116

Bỏ trốn! Bỏ trốn đi đâu được? Tôi không phải đứa trẻ thiếu suy nghĩ, hơi tí là xách ba lô dạt nhà. Tôi cũng không phải đứa con gái có tầm nhìn ngắn hạn. Bỏ trốn rồi sao? Lang thang và tạm bợ? Biết đâu bị túm vào mấy ổ mại dâm thì cũng hết đời. Tôi còn nhỏ, tôi cần bố mẹ, cho dù họ chẳng cần tôi. Nhưng tôi vẫn biết chỉ có bố mẹ là người yêu tôi vô điều kiện, trong khi cả thế giới dù có điều kiện cũng chẳng yêu tôi.

Tan học, tôi lếch thếch về nhà. Cuộc đời tôi lúc ấy chỉ đen sì sì một màu tăm tối, tự vả vào mặt để tung ra ít sao mà cũng không có. Cố bò lên phòng, đặt cặp sách xuống ghế rồi từ từ ngồi bệt xuống đất, cuốn nhật ký của Hoàng là liều thuốc an thần tốt nhất cho tôi lúc này:

"Bố đã bỏ đi thật. Mình cứ nghĩ rằng chỉ vài ngày thôi chứ! Mẹ nghèo không có nhiều tiền nữa nên mẹ con mình chuyển sang một ngôi nhà mới nhỏ hơn, cũ hơn. Nhưng cũng đẹp lắm, phòng mình trên tầng 2 có ban công để đặt xương rồng, sân thượng có thể nhìn lên một khoảng trời nhỏ rộng."

"Minh Hoàng là một thằng đàn ông có trái tim đàn bà! - Mình sẽ nhớ mãi câu nói ấy của con Quy Cậy khi nó hét lên cho cả lớp nghe. Con chó Quy!"

Tôi cười khúc khích. Minh Hoàng là một thằng đàn ông có trái tim đàn bà! Không biết vì sao mà lại bị bạn nói thế nữa. Đang đọc thì nghe tiếng Hoàng gọi dưới cổng, tôi chạy xuống, thấy cái mặt hầm hầm:

- Vi! Có phải nhỏ lấy cuốn sổ đen đen của tôi để đầu giường không?

- Sổ nào hả ấy? Tui không biết! - Mặt tôi cố tỏ ra ngạc nhiên. Hoàng chăm chú theo dõi nét mặt tôi rồi xua tay

- Thôi! Không có gì!

Hắn dựa dựa vào cổng nhà tôi. Lúc này tôi mới để ý kỹ, mặt Hoàng đỏ bừng lên và mồ hôi mướt trán, mắt có dấu hiệu lờ đờ. Tôi lay lay vai Hoàng, gắt nhẹ:

- Này Hoàng! Bị sao thế?

Mới nói câu đó, Hoàng khuỵu chân ngã chổng kềnh ra cổng nhà tôi luôn! Hoảng quá tôi nắm cổ hắn lắc lắc:

- Này này! Làm sao? Sao mà người nóng thế?

- Tôi đau bụng quá!

Tôi vội đỡ Hoàng dậy, đóng chốt cổng rồi dìu Hoàng lên nhà. Chết tiệt! Không biết ăn gì mà ra nông nỗi này. Chắc bị ngộ độc thức ăn.

- Trưa nay đằng ấy ăn gì?

- Tui ăn mỗi năm quả trứng vịt thôi mà.

- Trời đất quỷ thần ơi, ăn lắm thế!

Hoàng dựa vào người tôi đi được đến phòng thì bắt đầu nôn. Hắn vào nhà vệ sinh ở lì trong đó một lúc mới ra, mặt chuyển từ đỏ sang tái xanh. Tôi đưa Hoàng vào giường nằm rồi chạy xuống lấy đồ nấu cháo. Cái tên khùng này. Lo muốn chết luôn. Hì hụi chặt xương ninh cháo, chân tay tôi cứ lóng nga lóng ngóng mãi. Trong thời gian đợi lúc lúc lại chạy lên phòng Hoàng xem hắn còn sống không, nhìn cái miệng ngáp ngáp còn thở là yên tâm.

Ngồi ngắm Hoàng ngủ một lát cũng chán, tôi lôi cuốn nhật ký của Hoàng ra đọc tiếp. Hóa ra Hoàng cũng đã từng yêu. Năm lớp 8 Hoàng thích một cô bé tên Trà. Nhưng bị đá vì lí do "quá xấu", lên lớp 9 lại thích một em lớp 7, rồi cũng bị đạp vì "anh quá lùn". Từ đấy Hoàng có ác cảm với con gái không để ý đến ai nữa. "Gái gú là phù du, thầy u là mãi mãi".

Thế còn tôi thì sao nhỉ? Không biết Hoàng có thèm để ý không? Đáng ghét!

Tôi dạo vòng quanh nhà, dọn đồ cho bác Ngọc, chăm lũ mèo nhỏ, rồi xuống bếp lấy cháo cho Hoàng ăn. Hoàng vẫn hâm hâm sốt. Lúc đầu nằm lì không chịu dậy, tôi phải cầm cái thước gõ gõ chọc chọc hắn mới giật nảy người ngồi lên. Tôi ngồi canh, đếm từng thìa cháo Hoàng ăn. Hắn vừa ăn vừa mếu.

- Gì? Ngoài kia đầy người còn không có mà ăn!

- Thế nhỏ ăn tối chưa?

- Ờ... chưa!

- Thế đây, ăn luôn đi!

Hoàng đưa thìa cháo ra trước mặt tôi, tôi khựng lại một chút, rồi cũng... ăn! Hì. Thế là Hoàng ăn một miếng, rồi bón cho tôi một miếng cho đến khi hết bát cháo. Ăn hết rồi tôi mới bắt đầu thấy ngại. Tự nhiên hai đứa như khùng ngồi bón cháo cho nhau. Hoàng đặt cái bát sang bên cạnh rồi nằm xuống vì mệt. Còn tôi vẫn ngồi yên vì không nghĩ ra mình sẽ phải làm gì. Có nhiều khi trống rỗng như vậy đấy.

- Nhỏ mệt không?

- Tui cũng hơi hơi.

- Nằm đi, tôi nhường cho nửa giường!

Ừ, cũng nằm! Tôi vô tư lắm, chẳng nghĩ gì. Tôi đặt lưng xuống, thả lỏng tay để cơ thể nghỉ ngơi. Những vết thương đã bớt đau đi nhiều. Hoàng nằm nghiêng về phía tôi, ôm chăn giấu đi nửa mặt.

- Ấy đang cười tui đấy à? - Tôi hỏi.

- Ừ. Đang nghĩ người lớn mà nhìn thấy tui và nhỏ nằm với nhau thì sẽ thế nào.

- Trói lại cạo đầu thả trôi sông.

- Nhìn nhỏ đầu trọc chắc buồn cười lắm nhỉ? Như quả bưởi.

- Này! Đầu ấy thì đẹp, méo như kẹo kéo.

- Nhỏ ăn no chưa?

- No lắm rồi!

- Tủ lạnh tui có nhiều đồ lắm. Nhỏ cứ lấy mà ăn, tui chẳng ăn hết đâu.

- Mẹ ấy đi đâu? Bao giờ về?

- Tui không biết nữa, có đợt cả tuần liền.

- Ừ bố mẹ tui cũng vậy, có khi cả tháng.

- Chúng mình bao giờ mới lớn nhỏ nhỉ?

- Để làm gì?

- Không biết, nhưng tui nghĩ khi lớn, sẽ không buồn nhiều như trẻ con.

- Nhưng sẽ mệt mỏi những thứ khác. Ấy buồn gì?

- Tui không biết nữa, nhưng tui rất buồn. Có lúc tui không hiểu được đó là cảm xúc gì. Giống như một khoảng trống tối đen, cố lấp đầy nhưng nó càng rộng. Nỗi buồn của một thằng bé chưa lớn hẳn, nhưng cũng đã đi qua tuổi ngây thơ. Khi mà nó chẳng biết những gì đang chờ đợi nó phía trước, và cũng không biết là nó đang chờ đợi chính xác là điều gì.

Tôi im lặng nghe Hoàng nói. Tôi biết đáp lại lời cậu ấy thế nào? Bởi tôi cũng đâu có khác gì. 17 tuổi, cái tuổi ẩm ương của con gái, cái tuổi bắt đầu định hình được thứ gọi là tương lai, biết lo lắng, biết ngẫm nghĩ suy tư. Cái tuổi trái tim mới chớm nở, chỉ cần một rung động nhỏ là nghĩ mình đã yêu.

Ở tuổi này, người ta thường sợ cô đơn. Những khi đột nhiên trống rỗng, giá như có một bờ vai bên cạnh, thì mọi thứ sẽ ổn hơn. Tôi không biết phải đi đâu để tìm cho mình một bờ vai chắc chắn cho tôi. Hoàng có lẽ cũng không biết phải đi đâu để tìm cho mình một bờ vai chắc chắn cho cậu ấy. Nhưng tạm thời tôi bỗng nghĩ rằng, lúc này chúng tôi nên cho nhau mượn cảm giác bình yên.

Chương 14

- Ngày đó, tôi thường hay thẩn thơ một mình trên con đường mà trước khi bỏ đi bố thường nắm tay tôi thong dong dạo bước mỗi buổi chiều. Nhỏ có biết cảm giác khi hạnh phúc đột nhiên bỏ mình đi như thế nào không? Thà rằng bố bỏ đi từ cái lúc mà tôi chưa nhận thức được cuộc sống này là gì thì tốt hơn. Chứ cho tôi yêu thương rồi bỏ mặc tôi chơi với với nỗi yêu thương đó. Việc đó giống như đưa cho một đứa trẻ cái kẹo mút chỉ còn trơ mỗi cái que.

Những buổi chiều chông chênh, tôi lại lôi đống len trong tủ của mẹ ra cuốn vòng quanh tất cả các lọ hoa, cốc chén trong nhà. Đến khi mẹ về, lột quần tôi ra đánh hẳn những vết roi, rồi bắt tôi đi tháo hết len ra cuốn lại cho mẹ. Nhưng sáng hôm sau ở nhà một mình chán, tôi lôi len ra và vẫn tiếp tục trò đó. Cứ thế cho đến khi mẹ chán chẳng buồn đánh tôi nữa. Mẹ lẳng lặng đem hết đống len cất ở một góc nào đó mà tôi không tìm được. Thế là tôi đành phải tìm trò khác tiêu khiển. Tôi bắt đầu hứng thú ở những nét vẽ cong cong. Tự nhiên tôi thích những hình ảnh bông hoa nhỏ xíu, uốn lượn. Thế là tôi tìm cách xin hoa về trồng: tường vi, tóc tiên, hồng, cúc... Đủ cả, mùa nào cũng có.

- Này, có phải vì thế mà đằng ấy mê quần đùi hoa không?

- Ờ!

- Khiếp! Nhìn biến thái kinh!

- Dù sao thì tôi cũng không ngồi nhổ lông nách ngoài ban công.

- Sao có mỗi vụ đó mà you nhắc hoài vậy. Hôm đó mất điện mà phải đi diễn, tui mới đành làm như thế!

- Diễn gì?

- Hát!

- Nhỏ biết hát hả?

- Làm gì mà gào lên thế? Tui biết! Ít thôi. Đủ để không bị ném dép vào mặt!

- Hát tui nghe!

- Cuối tuần nhé! Tui hát ở đêm Văn nghệ của trường đó!

- Ok! Đi luôn!

- Thế thì khỏe nhanh lên!

- Trời mưa kìa!

- Mưa cho mát tâm hồn!

...

Những cuộc đối thoại cứ kéo dài lê thê, không đầu không cuối. Hoàng coi tôi như một người bạn gái thân thiết, kể hết cho tôi nghe về bản thân. Tôi lặng im. Chỉ dám nghe Hoàng, không dám kể gì về tôi hết.

...

- Sao nhỏ cứ cau có như con chó thế? Cười lên!

- Sao phải cười? Tui cau có quen rồi. Còn hơn you cứ bèo nhèo như con mèo.

- Nụ cười từ tim sẽ mang nhiều may mắn và hạnh phúc. Nụ cười sẽ đẩy lùi bệnh tật, kéo dài tuổi xuân và khiến các nàng trở nên xinh đẹp hơn. Nụ cười sẽ khiến các nàng biết rằng: Mọi chuyện sẽ ổn. Khó khăn sẽ chẳng còn là rào cản nếu chúng ta là một khối. Nụ cười sẽ khiến nhiều kẻ phải ghen tị. Nụ cười sẽ khiến những người yêu thương mình cảm thấy hạnh phúc hơn. Cười mỗi ngày, từ lúc thức dậy tới lúc đi ngủ. Cười cả lúc buồn đến những lúc vui... He he!

- Khiếp, học thuộc lòng trong sách *"Hạt giống tâm hồn"* đấy à? You cười nhìn như dở!

- Nhỏ mất nết quá!

- Ha ha!

...

Tôi ngồi tì má vào hai đầu gối, ôm mình thu lại một góc nhìn ra cửa sổ. Hoàng đột nhiên đưa tay vén vén mấy lọn tóc của tôi bị tuột ra khỏi dây thun. Tôi thấy tim mình đập nhanh hơn vài nhịp. Có những điều nhỏ bé mà lại khiến ta vô cùng hạnh phúc, điều đó tuyệt vời biết bao.

Cuộc sống quá ngắn ngủi, tôi nghĩ rằng giờ là lúc tôi cần chui ra khỏi cái kén và tiếp tục tìm những thứ mới mẻ. Mọi thứ mới chỉ là bắt đầu. Những điều tốt đẹp hơn còn đang ở phía trước. Cứ tiến lên, cứ dấn thân đi... Hãy tự tin, giá trị sẽ không tạo ra ở chỗ ta đạt đến, mà nó tạo ra ở chỗ người ta cảm nhận được nó như thế nào. Tôi có cuộc sống riêng của mình, 17 tuổi, cái tuổi nên quên đi những nỗi buồn xung quanh để tạo lập con đường đi của riêng mình.

Dù sao đi nữa, tất cả những gì trong cuộc sống này đều chỉ là những trải nghiệm. Mọi buồn đau rồi sẽ qua thôi.

Tôi là cô gái nhỏ, muốn bỏ tất cả để theo tiếng gọi tự do...

***

Những ngày bố mẹ đi vắng, tôi qua ở cùng Hoàng trong ngôi nhà nhỏ của cậu ấy. Hoàng thực chất rất hiền và điểm đạm, không khốn nạn và bẩn tính như lúc đầu chúng tôi mới chạm trán. Cậu ấy có thể nấu cơm, biết lau nhà và chăm sóc hoa. Bình yên nhất là ngắm Hoàng ngồi chơi với mấy con mèo nhỏ. Mai này nếu Hoàng có con, chắc mấy đứa bé của Hoàng sẽ rất hạnh phúc khi có một người bố trái tim ngập tràn tình yêu thương như thế.

Cuối tuần bác Ngọc về. Bác mua cho tôi một cái áo sơ mi (mà tôi vẫn còn giữ đến bây giờ, để dành mặc mỗi dịp đặc biệt) và một túi dây thun buộc tóc. Bác chẳng thèm để ý gì đến Hoàng, quẳng cho Hoàng đôi quần đùi hoa, mấy túi hạt giống cây rồi lôi tôi ra ghế bắt ngồi yên cho bác tết tóc. Tôi vừa ngồi vừa lí lắc cười. Mẹ tôi chưa bao giờ buộc tóc cho tôi cả. Ngày tôi còn bé chỉ có bố Tùng chăm sóc, thậm chí có sáng tôi quá buồn ngủ, bố phải rửa mặt đánh răng cho tôi. Nhưng bây giờ mọi thứ đã đổi khác.

Bác Ngọc về nên tôi không ở bên Hoàng nữa, chỉ đến bữa sang nấu cơm cho bác, xong rồi về nhà. Hoàng có vẻ buồn, thi thoảng lại ra ban công ngó tôi,

tôi mở cửa sổ hỏi: "Có chuyện chi thế ấy?" thì hắn cười bảo: "Chả có chi. Rảnh gọi chơi". Hâm thế!

Cho đến chiều thứ sáu, khi tôi đang ngồi đọc nhật ký của Hoàng, tới đoạn Hoàng bị bạn Quy Cậy hôn vào má, sợ quá ngồi góc lớp khóc, cô giáo thấy khóc hỏi gì cũng lắc đầu không dám nói, rồi mấy hôm sau không dám đi học, đến khi Quy phải đến hứa là sẽ không làm thế nữa mới dám quay lại lớp. Tôi cười rũ. Hoàng nhút nhát và có bệnh sợ hãi rất trẻ con. Đang cười thì thấy Hoàng đứng trợn mắt ở cửa sổ. Rồi Hoàng hét lên:

- Nhỏ nói dối! Rõ ràng nhỏ lấy nhật ký của tôi!

Lúc đó bất ngờ quá, tôi phản ứng bằng cách mở cửa chạy xuống nhà. Hoàng chạy theo. Cậu ấy vô tình giẫm lên chân Ki đang ngủ ở chân cầu thang. Ki giật mình vùng dậy ngoạm cho Hoàng một nhát vào bắp chân khiến cậu ấy ngã đập khuỷu tay xuống sàn nhà. Tôi hoảng hốt chạy lại.

- Người gì mà hậu đậu quá trời. Đi đứng không nhìn gì hết trơn.

- Trả tôi... Trả tui... Trả tôi! - Hoàng bắt đầu loạn đại từ nhân xưng.

- Nè đây!

- Nhỏ xấu tính vãi! Tôi ghét nhỏ! Cút đi!

- Cút đi đâu? Đây là nhà tôi mà? Đằng ấy chảy máu nhiều quá. Máu đằng ấy khó đông à?

Hoàng căng mắt lên nhìn. Trận sốt vì đau bụng hôm trước vẫn khiến cậu ấy âm ỉ mệt, tính cả vết cắn mất nhiều máu và cú ngã vừa rồi khiến cậu ấy xỉu luôn. Tôi sợ quá hét ầm lên. Nhưng nhớ là không có ai ở nhà nên đành tìm cách dìu Hoàng ra ghế nằm, chạy đi tìm bông băng thuốc sát trùng để băng lại vết thương. Không hiểu người gì mà đụng đâu hỏng đó. Không được cái nước gì cả.

Hoàng nằm ngủ ngon lành trên ghế nhà tôi. Ngồi trông Hoàng, tôi lại lôi nhật ký cậu ấy ra đọc nốt. Có đoạn tôi phải cầm điện thoại search Google những gì không hiểu. Có những đoạn khiến tôi cười tủm tỉm: "Đã đến tuổi muốn nắm tay một cô gái đi đến cuối con đường...". Có những đoạn lại khiến tôi ngẫm nghĩ: "Tự thấy mình như một con thuyền nhỏ, lênh đênh giữa biển khơi, không biết biển bao giờ nổi sóng?".

Tôi chạy sang nhà Hoàng, đặt cuốn nhật ký về chỗ cũ. Có một thế giới đã không còn bí mật chỉ riêng mình chủ nhân biết. Tôi quay trở về nhà rồi ngồi xuống gục vào vai Hoàng ngủ thiếp đi. Tôi có lẽ cũng đã đến tuổi muốn nắm tay một chàng trai đi đến cuối con đường...

Hoàng tỉnh dậy trước tôi. Hắn lay lay tôi dậy và lại mếu máo đòi nhật ký. Tôi nói tôi đã cất lại vào chỗ cũ rồi. Hắn nhìn tôi với ánh mắt hận thù. Tôi chọc chọc Hoàng hối lỗi:

- Xin lỗi mà! Năn nỉ mà! Tha thứ đi!

Một lúc sau Hoàng bật cười. Hoàng hỏi tôi đã đọc đến đâu rồi. Tôi bảo mới đọc được mấy trang đầu thì bị Hoàng bắt gặp nên trả luôn không dám đọc tiếp. Mặt Hoàng có vẻ yên tâm gật gật. Xong chàng ta nhìn thấy cái chân thì hét ầm lên:

- Cái gì đây Vi? Tôi bị sao đây?

- Chó cắn!

- Trời ơi liệu có bị dại không?

- Tôi đang lo Ki nhà tôi lây dại đây.

- Nhỏ im đi.

- Hi hi!

Tôi chạy ra bếp chuẩn bị đồ nấu chè cho Hoàng ăn. Trong lòng tôi vui vui lạ. Hoàng khập khiễng đi về phía tôi, hỏi han linh tinh. Tôi cũng đáp lại lung tung. Hai đứa chúng tôi nhiều khi nói chuyện không ăn nhập gì với nhau, chỉ nói như để chứng minh việc mình đang tồn tại trước mắt người kia.

Tối đến tôi thay quần áo rồi đến trường sớm để chuẩn bị cho buổi văn nghệ. Vì Hoàng đau chân nên tôi chẳng nhờ cậu ấy nữa. Vừa dắt xe ra cổng thì Hoàng tập tễnh sang, mặc mỗi cái áo phông và cái quần đùi.

- Định đi luôn không bảo tôi hả?

- Đằng ấy đang đau chân mà.

- Thì nhỏ đèo chứ sao.

- Gì kì vậy?

- Chẳng có gì kì.

Nói xong Hoàng trèo lên luôn. Tôi cũng cười rồi đạp xe đi. Cuối thu, lá rơi rụng nhiều, có lá còn mắc vào nan hoa rồi xào xạc theo từng vòng xe. Hoàng cứ líu lo đằng sau xe tôi như một cậu bé lần đầu đến nhà trẻ. Còn tôi vừa đi vừa hát, vừa nghĩ về quá khứ, hiện tại, tương lai, nghĩ về những gì đã xảy ra, những gì đang xảy ra, và những gì sẽ xảy ra. Không hiểu vì sao lại bình yên đến thế!

Liệu có phải tôi đã tìm được mảnh ghép của cuộc đời mình rồi không? Chàng trai sẽ nắm tay tôi đi đến cuối cuộc đời?

Hành trình đi tìm hạnh phúc không bao giờ có điểm dừng ở cuối. Cô gái nhỏ ạ! Con đường ở phía trước đang rất dài và rộng... Hãy bước tiếp và tin rằng: mọi sự cố gắng đều được trả giá một cách xứng đáng nhất!

Chương 15

Tôi đèo Hoàng đến trường, xuống xe dắt vào cổng thì Hoàng bỗng nhiên khựng lại, vẻ sợ sệt:

- Hay là tui ra chỗ kia uống trà đá chờ nhỏ?

- Tại sao phải thế?

- Tui... ngại!

Ngó xuống chân Hoàng, cái quần đùi hoa vàng đỏ vằn vẻ chóe lọe, dài chưa đến đầu gối. Coi Hoàng ngại ngùng lúng túng thấy rõ. Bụm miệng cười, tôi bảo Hoàng:

- Ừa vậy thui, Hoàng ngồi uống nước đợi tui vậy.

- Ờ!

Gửi xe xong, tôi cầm vội túi trang phục biểu diễn chạy vào trong hội trường. Linh đón tôi ngay ở cửa. Nó hỏi tôi sao lại đến muộn thế. Tôi chỉ cười. Tối nay tôi chọn váy màu đen, phụ kiện kèm theo được Linh lựa riêng cho phù hợp. Linh vừa ngồi trang điểm cho tôi vừa liến thoắng dặn dò tôi phải lấy hơi thế này thế kia để giữ giọng.

Tôi hát thứ tư, đơn ca. Ngồi đợi ngoài cửa phụ bên cánh gà, tôi đung đưa chân, miệng lẩm nhẩm lời bài hát, tay co lại vì hơi lạnh của đêm mùa thu. Cứ nghĩ đến Hoàng là tôi lại bật cười. Lúc này chắc chàng đang ngồi vỗ muỗi ngoài quán trà đá. Nghĩ mà tội quá.

Nhìn về phía ánh đèn hắt vàng một góc sân, tôi bỗng thấy Hoàng đang lững thững đi đi lại lại, ngó nghiêng chỗ đó. Đúng Hoàng rồi, đúng cái quần đùi hoa chói lóa. Nhảy bật xuống đất, tôi chạy trên đôi giày cao gót một cách khó khăn về phía đó.

- Hoàng ơi!

- Ủa Vi chưa hát hả?

- Hoàng ở đây làm chi?

- Tui tìm lối vào hội trường nhưng mà cửa chính đông quá...

- Thôi Hoàng cứ vào đại đi. Nhìn dải băng trắng ở chân mọi người thông cảm thôi, không ai trêu gì đâu mà.

- Nhưng có kì quá không? Nhìn như vườn hoa thu nhỏ vậy.

- Ai bảo Hoàng có sở thích kì cục chi.

- Thôi nhỏ cứ vào hát đi. Rùi tui tính cách.

Chưa kịp nói gì Hoàng thì Linh gọi ầm ĩ. Tôi nói nhanh nhắc Hoàng một câu rồi chạy lại vào phía trong. Hoàng làm tôi thấy bối rối, mãi mới giữ được bình tĩnh để lên sân khấu. Khi ánh đèn dưới sân khấu vụt tắt, tôi như đứng ở một thế giới chỉ có mình tôi. Hai tay nắm chặt lấy mic, mắt tôi nhìn vô định xuống phía khán phòng, không có một hình hài nào rõ nét cả. Ánh đèn chỉ chiếu ở nơi tôi đứng.

Nhiều khi, tôi thấy mình như chỉ thực sống khi ở trên sân khấu. Bởi ở đó, ánh sáng chiếu rọi nơi tôi đứng. Còn phía dưới bóng tối kia, bao nhiêu ánh mắt thân thương hướng lên nhìn tôi trìu mến, chờ đợi. Những phút giây duy nhất tôi cảm thấy tôi còn quan trọng trên thế giới này. Linh luôn nói với tôi rằng, chẳng ai chọn được hoàn cảnh, địa vị, chọn những chuyện xảy ra trong đời mình. Vì thế, thay vì trách móc số phận, đổ lỗi cho ông trời, thì nên tìm cách quên đi buồn phiền, tìm đến nơi mình thoải mái nhất, để sống qua những ngày đau thương.

Nhạc nền đang dạo những nốt đầu tiên, tôi hít thở thật sâu và bắt đầu hát:

Here I am standing close to you

And yet still so far away

So many times I tried to say

But my heart was afraid

Look at you is all that I can do

Like a silly girl I stare

'Cause you might leave

me when I reveal

What my heart is really feeling

[Em vẫn ở ngay bên cạnh anh

Mà sao dường như quá xa vời

Đã bao nhiêu lần em cố gắng nói hết ra

Nhưng anh à, con tim em thực sự quá sợ hãi

Nhìn anh từ đằng xa là tất cả những gì em có thể làm

Có một cô gái ngốc nghếch chỉ biết đứng nhìn như thế

Bởi biết đâu anh sẽ rời xa nếu em thổ lộ ra

những gì con tim em cảm nhận...]

"Nếu em nói hết ra những bí mật ẩn sâu trong trái tim và tâm hồn em, thì liệu rằng anh có ôm em vào lòng? Hay anh sẽ đẩy em ra xa?"

Câu hát ấy ám ảnh tôi mãi. Tôi chưa từng trải qua một mối tình nào. Ngày ngày chỉ quanh quẩn với những niềm vui con gái nho nhỏ. Tôi càng không biết nếu tôi yêu một chàng trai, cuộc sống sẽ thay đổi những gì? Chỉ biết rằng có những bài hát buồn khiến tôi không khỏi suy nghĩ về sự chia ly. Người ta yêu nhau để ở bên nhau, để chở che, chăm sóc lẫn nhau. Tình yêu là một điều diễn biến liên tục, chẳng biết khi nào sẽ dừng lại. Nhưng những khoảnh khắc tưởng như vô hình và nhẹ bẫng ấy, đôi khi lại là điều chúng ta phải tìm kiếm cả cuộc đời.

Đối với tôi, tình yêu có thể đơn giản chỉ là một buổi chiều đầy gió, có người ngồi cạnh bên giàn tường vi, cùng đung đưa chân và ngân nga hát, cùng ăn bánh ngọt và uống một tách trà ấm, ánh mắt âu yếm, đôi môi mỉm cười, và tâm hồn luôn sẵn sàng sẻ chia.

"Nếu em nói hết ra những bí mật ẩn sâu trong trái tim và tâm hồn em, thì liệu rằng anh có ôm em vào lòng? Hay anh sẽ đẩy em ra xa?"

Đèn hội trường bật sáng khi tôi vừa kết thúc những câu hát cuối cùng. Nhạc vẫn du dương. Cảm giác trống rỗng khi ánh sáng tràn ngập khắp mọi nơi khiến nước mắt tôi tự do tràn ra. Xa xa hàng ghế cuối, tôi bắt gặp một bóng hình quen thuộc. Quá dễ dàng nhận ra Hoàng. Đối với tôi, cậu ấy không bao giờ bị lẫn bởi một ai khác, luôn riêng biệt, không hề bắt gặp ở một người nào. Hoàng đã gạt bỏ xấu hổ để đi vào đây và nghe tôi hát. Bỗng nhiên tôi cảm thấy trân trọng cậu ấy biết bao nhiêu.

Và, hình như, cậu ấy cũng cười, còn vỗ tay nữa.

Tôi chạy vào cánh gà, tìm vòng tay của Linh.

- Hô hô, con lợn Vi. Tao nghe mày hát mà buồn thúi ruột. Từ sau hát bài vui tao coi.

- Hôm nay tao run quá!

- Ông Hưng nhà tao cũng tới cổ vũ mày đấy!

- Biết tao là ai mà cổ với mông? Vớ vẩn! Cởi khóa váy cho tao. Hoàng đang đợi.

- Đợi chờ gì, xuống nhà đa năng tham gia dạ hội đã, chưa được về mà!

Linh kéo tôi đi luôn, chẳng để tôi kịp ý kiến gì. Nếu còn dự hội nữa thì tôi sẽ để lạc Hoàng mất. Hoàng chỉ nghĩ tôi hát xong sẽ về. Không biết cậu ấy có đợi được không. Vừa chạy hòa vào dòng người, tôi vừa hướng ánh mắt kiếm tìm hình bóng quen thuộc ấy. Chân Hoàng còn đang đau nữa, lỡ đâu bị chen rồi ngã thì sao?

Linh kéo tôi chen vào hội trường bằng được. Ở đây mọi người đang chơi nghe nhạc đoán tên. Bị cuốn vào những bản nhạc, tôi cũng vô tư quên Hoàng đi ngay. Linh lát sau cũng không còn đứng yên một chỗ cạnh tôi mà chạy đi tìm mấy đứa khác. Đến một bản nhạc khiến tôi bật cười vì thừa biết đáp án, có một bàn tay khẽ nắm lấy tay tôi, mềm mại và ấu yếm, khiến tôi giật mình quay sang.

- *"If you and me"*. Bài này Vi vừa hát này!

- Ơ... Ừ...!

Nhật cười hiền nhìn tôi, tay cậu ấy vẫn nắm tay tôi. Tôi đỏ bừng mặt, đầu óc nhắc nhỏ phải gạt cậu ấy ra nhưng lại không dám làm.

- Tớ phải về mất rồi! Nhật chen giúp tớ ra ngoài được không?

- Vi có việc à?

- Ừ, có người đang đợi Vi.

- Vậy hả, vậy nắm chặt tay Nhật nhé!

Nhật lách người đi phía trước, dắt tôi theo sau, tay cậu ấy ấm nóng bao trọn bàn tay tôi. Phải mất 5 phút chen chúc Nhật mới đưa tôi ra ngoài cửa nhà đa năng. Tôi thở phào vì thoát nạn.

- Vi lạ vậy! Bình thường Vi thích các hoạt động ngoại khóa lắm cơ mà?

- Tại nay Vi đi cùng bạn nên không tiện ở lại. Nhật về sau nha!

Tôi chạy thật nhanh, không kịp nghe câu nói cuối cùng của Nhật đang vọng ở đằng sau. Trở về hội trường lớn, tôi lục tìm đồ đạc. Vòng quanh một hồi vẫn chẳng thấy túi quần áo đâu. Hình như đã có ai cầm nhầm. Trong phòng thay đồ chỉ còn một túi đồ, trong đó có một cái đồng hồ và một quần jeans nam cỡ rộng. Tôi cuống lên. Chiếc váy biểu diễn quá ngắn và chật, không thể đạp xe được. Đèn hội trường đột nhiên vụt tắt. Bác bảo vệ không thấy ai nên chắc đã sập cầu giao. Tôi sợ quá, muốn gào lên khóc ngay lúc đó nhưng trong lòng tự nhủ phải bình tâm để lần lối ra sân trường. Hành lang cũng tối om như bên trong. Đã buồn vì bị mất quần áo, lại giật mình đột ngột nên tim tôi mãi vẫn không đập chậm lại. Lúc ra được chỗ sáng, nhìn Hoàng đang đứng tần ngần ngắt lá ở chỗ bồn cây, tôi phi ra ngay chỗ hắn, nước mắt ngắn dài:

- Hoàng vẫn đợi tui hả?

- Chứ sao?

- Đợi làm gì? Muộn lắm luôn rồi.

- Không đợi nhỏ ai chở tui về? Tui có đạp được xe đâu?

- À, ờ...

- Nhỏ xong rồi hả?

- Ừ!

- Thì về thôi!

- Nhưng... tui không có quần.

- Gì kì vậy? Quần nhỏ đâu?

- Tui bị mất rồi, giờ mặc váy cũng không đạp được xe.

- Thế tui phải làm sao?

Nhìn Hoàng khổ sở quá! Tôi không biết phải làm gì nữa. Chợt lóe lên trong đầu một ý tưởng. Tôi reo lên:

- Ở trong hội trường có cái quần jeans nam. Hoàng vào nhà vệ sinh thay quần dài rồi cho tui mượn quần đùi mặc được không?

- Sao kì vậy? Tui ngại lắm!

- Ngại gì? Chứ giờ Hoàng muốn chúng mình dắt bộ về?

- Không!

- Thế thì đi thôi, nhanh lên!

Tôi dắt Hoàng lần mò quay lại hội trường, chầm chậm bước vào phòng thay đồ. Đầu cố nhớ vị trí lúc trước vứt cái quần kia đâu. Hoàng thì cứ léo nhéo bên tôi: "Nhanh lên! Tối om sợ thấy mổ". Sau đó Hoàng sực nhớ là còn điện thoại, bật lên soi đỡ tôi tìm. Cái quần bị vứt vất vơ ở một góc bàn trang điểm. Tôi chụp lấy rồi dắt Hoàng đi nhanh ra sân trường. Lão Hoàng khi được tôi đưa cho cái quần nhăn mũi nhón lấy, lại còn ngửi ngửi. [Lão thì thơm lắm đó mà còn làm bộ]. Nằn nì thêm một lúc nữa Hoàng mới chịu vào nhà vệ sinh thay quần đùi mang ra cho tôi. Tôi hí hửng đi thay đồ, kéo chân váy lên eo rồi mặc quần đùi vào.

- Khiếp! Trông nhỏ dị vậy? Nhìn cứ như đeo cái bu gà.

- Đằng ấy đeo chậu hoa thì có. Con trai gì mà lòe loẹt kinh!

- Kệ tui!

Ờ thì kệ! Ai làm gì được ông! Mặc cái quần đùi hoa phấp phới đạp xe, tôi vừa chạy vừa cười. Hoàng ngồi im đằng sau, tay bám chặt yên xe. Lúc lúc lại hỏi mấy câu vu vơ:

- Bài nhỏ hát lúc nãy tên gì?

- *If you and me!*

- Ờ.

- Tui hát tệ lắm không?

- Cũng tàm tạm.

- Thế hả? He!

- Thực ra thì cũng được.

- Ừa, không bị ném dép vào mặt là được rồi!

- Cơ mà nghĩ lại thì cũng hay!

- Đằng ấy nhận xét cái kiểu gì thế? Cuối cùng là như nào?

- Nói chung là cũng tuyệt.

- Đồ điên!

- Thật sự thì tui không nghĩ nhỏ có thể hát. Hôm nay tui hơi choáng. Tui nghĩ nhỏ chỉ giỏi chửi người.

- Không làm gì tui sao tui chửi.

- Ờ thì xin lỗi nhỏ rùi mà! Xí xóa cho tui. Quên hết đi. Từ nay, tui với nhỏ làm bạn có được không? Làm bạn tốt ơi là tốt í?

- Thì tui vẫn coi Hoàng là bạn mà.

- Không, bạn tốt cơ.

- Bạn tốt là sao?

- Là hơn cả bạn bình thường!

- ...

- Sao? Có được không?

- Chả nhẽ lại không?

140

- Nhỏ trả lời hắn hoi đi. Có làm bạn tốt của tôi không?

- ...

- Có không?

- CÓ!!!!

Tôi gào lên giữa đường. Tên mặt khỉ gặng hỏi bằng được. Bạn tốt là cái quái gì chứ? Tôi không thích là bạn tốt! Tôi thích là bạn gái!

Hoàng đạt được mục đích nên ngồi im sau tôi. Trời về đêm bắt đầu lạnh hơn. Tôi muốn che hết cho Hoàng những cơn gió, cho dù tôi cũng nhỏ bé chẳng kém gì cậu ấy. Khi biết yêu, trái tim người ta luôn dịu dàng hơn. Đời người, khi cô đơn cùng cực người ta luôn mong muốn chờ đón được một người bạn đồng hành. Cảm giác buồn nhất là phóng xe bạt mạng trên một quãng đường dài, không biết sẽ tới nơi nào, ai sẽ chờ mình ở đó. Thật ra thì bản thân mình biết là sẽ chẳng có ai cả, chỉ có đường, cây và bầu trời, nhưng vẫn cứ muốn tiến về phía trước. Buồn nhất là phía sau lưng vắng hoe, chỉ mong có ai đó ngồi phía sau, ôm thật chặt hoặc nói với mình là "Chạy chậm chậm thôi, chạy nhanh quá nguy hiểm."

- Đạp chậm thôi, đi nhanh quá nguy hiểm!

Hoàng bỗng thốt lên khi có một chiếc xe máy phóng vèo qua. Tim tôi như ngừng đập trong giây lát. Bỗng bật cười nhận ra, ngay sau lưng tôi thôi, người bạn đồng hành của cuộc đời đang ở rất gần, gần lắm!

Hoàng ấm áp như một vạt nắng, mỏng nhẹ như chiếc lá rơi trên đường mùa thu. Cậu ấy chẳng hề nổi bật hơn ai, giỏi giang hơn ai. Nhưng ở cậu ấy chứa đựng những điều mà tôi tìm kiếm.

- Ừ, đạp chậm rùi nè!

- Chậm thế này thì bao giờ mới về tới nhà?

- Hoàng giỏi xuống mà đèo. Nặng như lợn. Tui toát hết mồ hôi luôn rồi.

- Ngõ nhà mình trước mặt kia thôi. Tại nhỏ tui mới bị chó cắn đó.

- Tại cái vại. Thôi đi.

Tôi vòng vào ngõ. Tóc tai dựng đứng khi thấy bóng dáng quen thuộc đang khật khưỡng ở cổng. Vội nhảy xuống xe chạy tọt vào trong ngõ. Hoàng cứ thế theo đà xe lao thẳng vào gốc cây. Nhìn hắn ngã thương quá nhưng chẳng dám chạy ra. Bố Tùng đang đứng ở cổng. Có vẻ đã say ngà ngà. Chạm mặt bố lúc này chỉ có chết.

- Nhỏ làm cái quái gì thế? Tui đang bị thương mà!

- Tui xin lỗi Hoàng, nhưng mà bố Tùng đang đứng kia tui không có dám về.

- Kệ ổng, bố nhỏ sao nhỏ sợ?

Hoàng quát tôi sợ quá. Tôi vốn nhát và luống cuống mỗi khi bị dồn vào chân tường.

- Đừng có quát tui, tui sợ...

- Nhỏ bị sao vậy? Sao tay run thế này?

Hoàng dắt vội xe vào đứng cùng tôi. Tôi lạnh quá nên run lập cập. Cái quần đùi lỏng chun cứ tụt xuống lại phải kéo lên.

- Không biết buộc dây rút hả. Đứng yên thóp bụng vào tôi xem.

Hoàng quỳ xuống lần dây rồi thắt nút lại. Tay hắn chạm vào người tôi làm tôi ngại đỏ bừng mặt. Xong rồi Hoàng đứng lên, ngó tôi một hồi, chắc thấy bộ dạng tôi khổ sở quá nên làm mặt an ủi:

- Thui đừng khóc, mình đứng đây đợi lát bố nhỏ đi rồi mình về nha.

- Cảm ơn Hoàng!

- Vì tui với nhỏ là bạn tốt mà, hì hì!

- Cảm ơn bạn tốt!

Hoàng cười hì hì, dựng xe cho tôi ngồi lên. Hoàng hỏi tôi có mệt không, có lạnh không Hoàng cởi áo cho mặc. Hoàng hứa nếu tôi đói thì lát nữa Hoàng sẽ rán bánh khoai cho ăn, nếu tôi mệt Hoàng sẽ làm bài tập cho tôi ngủ. Hoàng nói gì tôi cũng gật đầu hết. Vì Hoàng là "bạn tốt" của tôi mà. Những giây phút như thế này, tôi càng tin mỗi người chúng ta đều có một ai đấy - chỉ một ai đấy, được số phận sắp đặt để ở bên nhau!

***

"Kể cả khi chưa hiểu một người, ta vẫn có thể yêu người ấy.

Yêu hoàn toàn, dù hiểu chưa trọn vẹn."

If you and me...

Chương 16

- Này bạn tốt! Ngủ rồi đấy à?

- Chưa!

- Sao làm gì mà im vậy?

- Không làm gì cả?

- Nhỏ đang nghĩ gì? Muốn cười muốn khóc thì cứ việc. Tôi sẽ không quay lại nhìn đâu.

- Tôi đang nghĩ.

- Nghĩ gì cơ?

- Nghĩ rằng nếu không có đằng ấy thì bây giờ tôi đang đứng đây một mình!

- Nhầm rồi nha! Nếu không có tôi, thì nhỏ vẫn đang "truổng cời" ở trường kìa.

- Ha ha đồ quỷ!

Hoàng ngồi lúc lắc cái đầu. Giọng điệu cậu ấy tự hào thấy rõ. Hắn là đang nhận ra mình quan trọng cỡ nào.

- Thôi nhỏ ngồi đây tôi lết về lấy áo, nhỏ trùm lên rồi tôi đèo phi về nhà tôi. Chắc ổng chả nhận ra đâu. Mà kia kìa, nằm bẹp đời nó ở cổng rồi còn đâu.

Tôi ngó ra nhìn về phía cổng. Bố Tùng say quá rồi, đang ngồi bệt dưới đất, gật gật gù gù. Hoàng tập tễnh về nhà, mở to cổng, lấy cho tôi cái áo sơ mi rộng rồi quay trở ra chỗ tôi ngay. Tôi ngồi lên xe, chúi đầu vào lưng Hoàng. Hoàng cầm tay lái lao vút về nhà. Lưng Hoàng có một cái hõm rất chi là hay, chỉ cần tôi nghiêng nghiêng trán là dựa vừa vặn vào cái hõm đó, rất êm và ấm.

145

Đèn phòng khách đã tắt, bác Ngọc đã đi ngủ. Nấn ná mãi, tôi kéo kéo tay Hoàng làm giọng năn nỉ:

- Hoàng sang nhà đưa khóa rồi đỡ bố tôi vào nhà được không?

- Cái gì? Chú í như con voi làm sao tôi đỡ được chứ?

- Tôi xin Hoàng...

Phải đứng một lúc Hoàng mới đồng ý giúp. Tôi lục túi đưa chìa khóa cho Hoàng. Đứng nép mình vào chậu cây nhìn cậu ấy nói chuyện với bố Tùng. Đến khi Hoàng đưa được bố Tùng vào nhà tôi mới thở phào nhẹ nhõm đi lên gác, bẻ bánh mì ngâm vào sữa mang lên cho lũ miu con ăn. Ngồi thu lu trên tầng thượng một hồi lâu thì Hoàng lên theo tôi, mang cho tôi một hộp sữa chua mẹ làm và một cái áo khoác mỏng.

- Nhỏ không định ngủ à? Khuya rồi!

- Ừ, Hoàng ngủ đi. Lát tôi về nhà tôi ngủ!

- Không! Dở à? Bố nhỏ đang say đấy. Tí tôi xuống khóa cửa ban công lại, cấm có đi đâu hết.

- Mẹ Hoàng ngủ rồi mà, giờ tôi xuống thì làm bác thức đấy.

- Xuống phòng tôi ngủ!

- Hâm!

- Tôi không làm gì nhỏ đâu. Thề!

- Tôi sợ gì Hoàng đâu. Chỉ là tôi không muốn ngủ thôi.

- Vậy tôi cũng ngồi đây thức với nhỏ.

- Rồ à?

- Ờ!

Hoàng ngồi xuống, giật hộp sữa chua tôi đang cầm trên tay xúc ăn ngon lành. Đồ điên! Cho người ta buồn một chút cũng không được. Tôi đứng lên, kéo váy che đùi rồi đi xuống phòng Hoàng, mở tủ lấy đại một cái áo phông của Hoàng rồi vào nhà tắm thay đồ, thay xong đi ra giường nằm thoải loài, lấy chăn trùm kín người rồi nhắm mắt lại vờ ngủ. Hoàng đứng yên nhìn tôi không dám ho he phản đối. Lúc sau hắn lặng lẽ trải chiếu xuống đất rồi lấy mền nằm thu lu dưới đó, nhìn tội tội. Tôi ngóc đầu lên thủ thỉ:

- Nè, tính ngủ đất thiệt hả?

- Chứ ngủ đâu?

- Thui lên đây tui chia giường cho. Ngủ đất mai ốm.

Hoàng đứng dậy ngay, như chỉ chờ tôi nói có thế. Tôi nằm dịch vào trong cho Hoàng nằm, mỗi đứa đắp một chăn riêng. Tôi quay mặt vào tường, nhắm mắt và im lặng để tìm một giấc ngủ mà mãi không được, lại quay trở ra chọc chọc Hoàng dậy nói chuyện. Hoàng hiền lắm. Tôi làm gì cũng nhỏ nhẹ đáp lại:

- Gì đó nhỏ?

- Tôi chẳng ngủ được, sao giờ?

- Ờ, tôi cũng thế.

- Tụi mình làm gì cho vui đi.

- Khiếp nhỏ nói cái quái gì thế?

- Ơ nói gì?

- Không, nhưng nghe kinh bỏ xừ.

- Hoàng nghĩ lung tung thì có...

Đang định quát mấy câu thì điện thoại tôi đổ chuông. Nửa đêm rồi còn gọi, bó tay. Nhấc máy nghe. Đầu dây bên kia cứ sa sả quát: "Tao biết mày là con Thảo rồi, mày đừng có chối tao? Sao mày hẹn gặp tao mà mày không tới???". Điên hết cả người. Tôi tắt máy cái rụp, quẳng điện thoại qua bên cạnh. Hoàng trố mắt hỏi tôi:

- Cái chi vậy?

- Hôm qua bấm lộn số gọi nhầm cho nó, vừa hỏi "Anh Huy hả?" thì nó bảo không, tui xin lỗi vì nhầm số rồi, vừa cúp máy thì nó gọi lại ngay, chửi um lên: "Tao biết mày là con Thảo, muốn gặp chồng tao thì nói mẹ ra, con đĩ". Nó quát tui xây xẩm mặt mày luôn. Khùng thế không biết! Đến sáng nay nó cũng gọi lại và chửi bới, tui điên quá bảo: "Ờ tao Thảo đây. Mày tính làm gì tao? Giỏi giữ chồng đi, con khùng". Nó lại ầm ĩ chửi, cho tui ăn tươi nuốt sống mấy bộ phận khó nói trên cơ thể. Điên quá tôi bảo: "Câm mồm, mày giỏi chiều nay ra chỗ... gặp tao tao dạy cho mày biết".

- Hả? Thế rồi chiều sao?

- Chả biết! Tôi ở nhà ngủ. Hê :v

Hoàng trố mắt nhìn tôi trân trân, làm tôi đang cười khoái chí phải ngậm mồm lại:

- Sao?

- Gọi nhầm khiến vợ chồng người ta xích mích, không tìm cách giải quyết đi còn gây chuyện?

- Thế tôi phải làm sao? Xin lỗi rồi nó còn cố chửi tiếp. Ơ đây này! Nó lại gọi này.

- Đưa tôi!

Hoàng cầm lấy điện thoại của tôi, alo nghe, giọng nhẹ nhàng từ tốn:

- Chào chị! Đêm rồi, chị đừng gọi vào số vợ tôi làm phiền nữa.

Tôi áp tai vào máy nghe. Biết ngay là mụ điên kia lại chửi, giọng mụ xoe xóe khiến Hoàng phải đưa điện thoại ra xa tai. Tôi cấu Hoàng rồi thì thầm:

- Thấy chưa? Nó là con đàn bà điên tình.

- Nhỏ im đi. Cũng khổ, chắc chồng làm gì thì mới đến nông nỗi này.

- Chửi xong chưa?

- Chưa, vẫn đang chửi.

Hoàng trùm chăn lên đầu tôi, hai đứa tôi chụm đầu bật loa ngoài lên nghe:

- Thằng khốn nạn, mày dạy vợ mày đi. Nó dụ dỗ chồng tao, lừa hết giấy tờ lấy đất nhà tao mà còn già mồm. Chúng mày không cẩn thận mai tao thuê người đốt nhà!

Hoàng nhăn mặt lại, hắng giọng rồi nói chậm rãi:

- Tôi xin lỗi chị, tôi nói lại một lần nữa, vợ tôi gọi nhầm vào số này, vợ tôi cũng không tên là Thảo. Còn nếu chị muốn đốt nhà tôi hay làm gì gia đình tôi, thì chị nói địa chỉ nhà chị đi. Tôi làm việc trên Bộ Công an cũng không có thời gian giải quyết những xích mích nhỏ, nhưng có thể điều cấp dưới xuống để trao đổi với chị.

Tôi bụm miệng cười, Hoàng nói phét không biết ngượng, đầu bên kia im hẳn. Xong không dám nói lại gì, cúp máy luôn.

- Ha ha, Hoàng điêu có mỏ.

- Im xem nó có gọi lại không, chắc đang suy nghĩ đấy.

Chúng tôi nín thở nhìn màn hình điện thoại một hồi lâu, không có cuộc gọi lại nào hết. Hoàng lật chăn ra thở phào:

- Thấy chưa? Cứ chửi nó nó càng hăng. Mình phải lịch sự và biết cách.

- Ai biết được với nó. Mà sao Hoàng nói tôi vợ Hoàng?

- Bịa tí có sao đâu. Mà đúng thì... cũng tốt!

- Cái gì?

- Không có gì.

- Không đùa đâu.

- Tôi đâu có đùa?

150

- Hoàng ăn nói kỳ cục quá! Thôi tôi đi ngủ.

Tôi giằng lại chăn nằm xuống. Quay mặt vào tường, để kệ Hoàng sau lưng. Tôi chúi mặt vào chăn ấm và cười mủm mỉm. Không rõ được trong lòng lúc này là cảm giác gì. Nó vừa nhẹ nhàng vừa ấm áp, lại có chút lo lắng vu vơ. Sau lưng tôi im lặng dần, cựa mình quay sang, đã thấy Hoàng nhắm nghiền mắt ngủ say. Tôi chống tay nằm ngắm nghía khuôn mặt trước mắt mình. Đôi mắt, lông mày, mũi, cả cái mỏ đang chu ra đều ẩn hiện vẻ thân thuộc gần gũi. Tôi không thể tin rằng khi 17 tuổi tôi đã nằm chung giường, ngủ chung phòng với một chàng trai, hơn nữa lại là người đã từng là kẻ thù, đứng ở bên kia chiến tuyến, căm ghét nhau suốt những ngày dài.

Sáng hôm sau tôi tỉnh giấc trước. Hoàng vẫn đang ngủ, chân tay gác tứ tung. Tôi chạy vào nhà vệ sinh rửa mặt rồi đi về nhà. Mới mở cửa ra, mùi ngai ngái vô cùng khó chịu xộc thẳng vào mũi. Cái mùi của đàn ông say rượu, hăng hăng và cay. Có lẽ bố Tùng đêm qua lên phòng tôi tìm đồ đạc gì đó. Không tìm thấy rồi nằm lăn ra ngủ luôn. Sách vở đồ dùng phòng tôi bị vứt lung tung như một bãi rác. Thật là bừa bộn. Tôi nhón chân bước từng bước một về phía nhà vệ sinh. Đi qua chỗ bố, đột nhiên bố dùng cả hai tay túm lấy chân khiến tôi giật thót rồi ngã úp về phía cửa, trán trượt vào cạnh cửa sắc lẹm. Bố Tùng đứng dậy láo đảo, lè nhè sau lưng:

- Vi! Mẹ mày để giấy tờ nhà ở đâu?

Tôi làm sao biết được mẹ để ở đâu. Đầu óc tôi hoa lên, đưa tay rờ trán, máu chảy ra ướt rượt, tanh tanh và ấm nóng. Tôi quệt tay qua mắt để nhìn rõ mọi thứ mà không thể được. Trước mắt tôi mọi thứ cứ hoa lên. Bố Tùng vốn sợ máu me, nhìn thấy tôi như vậy, bố chạy đi luôn. Trong tình trạng căm ghét nhau như hiện giờ, tôi vẫn cứ tin rằng bố chạy ra hiệu thuốc mua bông băng cho tôi. Không thể cất tiếng gọi Hoàng được, tôi bò ra hành lang gọi Ki, mong Ki sẽ xuống sân sủa ầm lên gọi ai đến giúp. Chỉ bò được một đoạn ngắn đến cầu thang, máu bắt đầu tràn xuống vai tôi không cầm lại được. Tôi chỉ còn nhớ mình lộn vòng vòng xuống tầng một không làm chủ được sức lực còn sót lại, nhớ tiếng sủa ầm ĩ của Ki, tiếng mở cổng lạch xạch, tiếng Hoàng ra sức gọi tôi. Duy nhất còn sót lại trong tôi là cảm giác bình yên khi mình cận kề nguy hiểm, được nằm trong lòng người mình yêu thương, giữa thành phố hàng ngàn hàng vạn người xa lạ.

- Vi ơi, nhỏ có sao không?

...

- Vi ơi, tỉnh chưa?

...

- Vi ơi...

Hoàng lo lắng cho tôi thật chứ? Hoàng muốn tôi tỉnh lại thật chứ? Có phải đơn giản vì tôi là "bạn tốt" của Hoàng không?

152

Tôi không muốn chỉ là "bạn tốt", tôi muốn có một mối liên hệ tình cảm khác, gắn bó khăng khít, và cần nhau hơn. Hoàng ạ! Nếu có thể, chúng mình hãy đi đến một nơi nào thật xa, xa thật xa cái thành phố độc ác này, hãy cùng để những nỗi đau bỏ lại. Tôi và Hoàng bên nhau qua ngày dài tháng rộng, tôi sẽ hát cho Hoàng nghe, làm bữa cho Hoàng ăn, cùng Hoàng chăm những chú mèo nhỏ. Giấc mơ xa vời quá với những đứa trẻ đói khổ thế này. Nhưng dù sao tôi vẫn muốn mơ.

Hay chúng mình là-gì-đó của nhau?

Không ngọt ngào như tình bạn...

Chẳng lãng mạn giống tình yêu...

Chỉ lơ đãng bước bên nhau những chiều,

Hoàng hôn nhạt dần, bóng mờ che phủ.

Hay chúng mình tạm quên đi chuyện cũ?

Quên hôm qua, quên cả mãi sau này.

Chỉ dịu dàng tay nắm lấy bàn tay,

Siết nhẹ thôi, cho lòng thêm ấm lại...

Hay chúng mình ở bên nhau mãi mãi?

Chỉ sánh đôi, không chút thề nguyền

Chỉ âm thầm, lặng lẽ ở bên

Không ghen tuông hay muộn phiền, giận dỗi...

Cuộc chiến giữa Nhíp và Quần Đùi Hoa

Hay chúng mình đừng âu lo tội lỗi?
Ai khi yêu chẳng gian dối vài phần
Ai cũng có những giờ phút phân tâm
Chới với lòng khi trái tim đi lạc

Hay chúng mình đừng đợi chờ gì khác?
Chỉ êm đềm đứng cạnh nhau thôi
Ánh nhìn kia đã hiểu thấu nhau rồi
Mong chi nữa những điều không có thực...

[Du Phong]

Chương 17

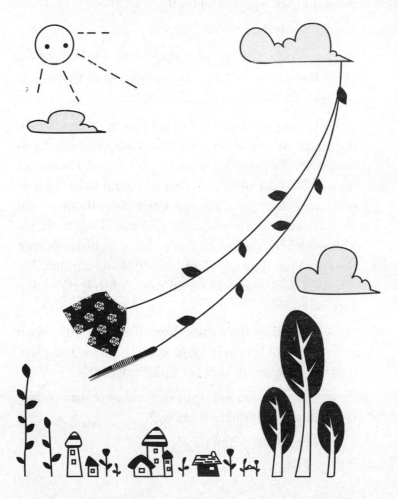

- Vi đi với tôi nhé? Tôi sẽ đưa Vi đi. Bọn mình sẽ rời xa nơi này. Vi cần nghỉ ngơi và tôi cũng vậy.

- Không được đâu! Tôi còn quá nhỏ để có thể bắt đầu một chuyến đi xa. Tôi không có tiền, tôi không có đủ sức mạnh, và vẫn chưa đủ tự tin để giao phó bản thân mình cho Hoàng.

- Vi không tin tôi?

- Tôi tin, nhưng niềm tin không đủ để đi xa...

- Vi ăn cháo đi, đau đầu thì ngủ nhé! Tôi phải đi học đây! Chiều tôi lại vào.

Hoàng xoa xoa nhẹ lên vết thương trên trán tôi, dịu dàng và nhẹ nhàng hết sức. Cậu ấy khoác ba lô màu xám lên vai rồi chậm rãi đi ra cửa. Phòng tôi nằm chỉ có bốn người, ai cũng có người thân túc trực bên cạnh chăm sóc. Tôi mở chiếc điện thoại vỏ chi chít vết xước ra để nhắn tin cho mẹ. Thực tình, tôi không biết mẹ đi đâu và làm gì mà mất hút suốt một thời gian dài như vậy. Tiền mẹ để lại đã sắp hết, lấy đâu tiền để lo viện phí và ăn uống những ngày tiếp theo bây giờ?

Đến chiều thấy khỏe hơn, tôi đi ra sảnh bệnh viện tự lo thủ tục xuất viện. Điện thoại tôi rung lên, một cái tên quen thuộc. Tôi nhấc máy nghe.

- Sao bây giờ anh mới gọi cho em? Anh có biết là em lo cho anh thế nào không?

- Em đang ở đâu đấy?

- Em...

- Sao?

- Em ở trường!

- Em biết nói dối từ bao giờ thế hả? - Đái Bậy từ đâu xuất hiện vỗ độp lên vai tôi.

- Sao anh lại ở đây??? - Nói xong tôi nhìn quanh quất, hành lang tôi đang đứng gần kế khoa Sản.

- Này, đừng nói là anh làm gì nên tội với Củ Cải nhá?

- Đồ điên! Mà em bị sao thế này? Hả?

- Em bị ngã.

- Bố vả cho phát! Bị đánh đúng không? Cởi áo anh xem nào?

Đái Bậy cứ săm soi tay tôi để xem có vết tím bầm thương tích nào không. Anh tự nhiên đến nỗi tôi đỏ bừng mặt khi bao nhiêu người xung quanh nhìn vào.

- Vi!

Hoàng đến rồi. Trên tay Hoàng còn cầm bịch hoa quả có lẽ vừa mua ngoài cổng. Hoàng kéo tôi về phía Hoàng bằng một thái độ sở hữu.

- Cậu đến đây làm gì thế?

- Đến khám thai, được không? - Đái Bậy vênh váo đáp trả.

- Ờ thì khám đi. Có bầu thì mua váy mà mặc chứ đừng mặc quần chật thế máu lại không lên được não.

Nói xong Hoàng dắt tay tôi đi về hướng khác, tôi giật tay hắn ra rồi trợn mắt:

- Đằng ấy làm sao thế? Tôi đang nói chuyện với bạn tôi mà?

- Bạn bè kiểu gì mà nó cứ đứng gần nhỏ là sờ mó nhỏ thế?

- Sờ mó chỗ nào?

- Chỗ này, chỗ này, cả chỗ này nữa. - Hoàng chỉ chỉ lên vai, tay và lưng tôi.

- Thiếu rồi, cả chỗ này này - Đái Bậy lại sán đến, vuốt vuốt má tôi. Tôi nhìn Hoàng, mặt cậu ấy đỏ gay, môi mấp máy, vẻ mặt tức giận vô cùng.

- Anh thôi đi! - Tôi quát Đái Bậy.

- He, có làm giề đâu? Cậu bạn này đụng tí là ghen sồn sồn cả lên.

- Tôi chả thèm ghen.

Hoàng buông tay tôi ra, đứng nhìn ra chỗ khác, ý "Thôi tao mặc xác chúng mày muốn làm gì thì làm". Đái Bậy cười rồi khoác vai Hoàng rất vô tư:

- Thôi tôi đùa mà. Ông rảnh không đi café?

Hoàng ngó người, mặt ngơ ý như kiểu không biết đâu ra một thằng tưng tửng như thằng này. Tôi thì cũng đứng tròn mắt.

Và họ đi café với nhau thật đấy! Trời đất quỷ thần ơi! Chuyện gì xảy ra không biết. Sau vài câu hỏi thăm thì hai tên này lao vào bàn luận chuyện game ghiếc sự nghiệp như chưa từng thù hằn. Phải mãi sau đó khi thấy tôi đã uống xong cốc sinh tố xoài, nghiêng đầu gục vào tường, miệng nhai nhai cái ống hút thì họ mới nhớ ra là còn có một con vô duyên đi cùng.

- Mà quên mất, Vi làm sao thế kia ông?

- À ờ, trêu tôi nên tôi đánh cho đấy.

- Hả, thật á?

- Tất nhiên là không.

- Điên! Vi, em lại bị bố đánh đúng không?

Tôi lắc đầu. Đã bảo bị ngã mà sao cái con người này cứ ngoan cố thế? Trên trán tôi bắt đầu thấy đau, chỉ muốn về nhà để ngủ. Nhưng nghĩ đến ngôi nhà của mình, tôi thấy sợ hãi len lỏi trong lòng. Đái Bậy đang vui vẻ bỗng nhiên trầm ngâm im lặng. Hoàng quay sang tôi hỏi han và xem vết thương của tôi còn bị chảy máu không.

- Haizzz, đêm nay không có chỗ nào để đi cả. - Đái Bậy buông một câu rất khó hiểu.

- Sao thế anh?

- Mẹ anh đi công tác, anh thì ko có chìa khóa vào nhà.

- Hay là đến nhà tôi này, mẹ tôi cũng đi công tác rồi. - Hoàng ngỏ ý.

- Đằng ấy điên hả, mới nói chuyện được lúc đã rủ người ta về nhà ngủ. Thật là đồ dễ dãi.

- Ừ thì thôi, bạn nhỏ đó nhỏ lo đi.

- Tôi về nhà ông ngủ một đêm nhá? - Đái Bậy mắt long lanh.

- Ờ, nhưng phải nằm đất đấy, Vi ngủ giường rồi.

- Không sao đâu.

Chẳng biết ngày trời xui đất khiến gì nữa. Những người xung quanh tôi cư xử như bệnh nhân tâm thần. Đêm hôm ấy sau khi ăn cháo và tra thuốc xong, Hoàng bắt tôi nằm xuống giường ngủ giữ sức. Tôi nằm nhắm mắt lại nhưng đầu óc toàn nghĩ lung tung. Cuộc sống này nhiều khi quá nặng nề. Phía dưới đất hai tên đàn ông đang thủ thỉ cạnh nhau, nghe mà lạnh sống lưng và sởn da gà. Không thể tưởng tượng được, chỉ mới sáng nay thôi Hoàng vẫn nhìn Đái Bậy bằng đôi mắt hình bom nguyên tử.

- À, hay tôi kể chuyện này cho hai người nghe nhé. Chuyện về lòng tin của con người khi yêu.

- Thôi ông kể phắt nó ra đi lại còn dẫn dắt làm quái gì? - Hoàng ngoa ngoắt đệm vào.

- Đây từ từ, ông mắc bệnh sồn sồn à?

- Thế ông có kể không để tôi đi ngủ?

- Đây! Kể đây! Mất cả hứng.

- Đâu? Kể đi!

- Ngày xưa yêu Củ Cải. Mà ông biết Củ Cải là ai không?

- Cóc biết nhưng cứ kể đi!

- Hồi đó Củ Cải có một cô bạn thân lắm. Cô bạn thân này có một thằng người yêu rất đẹp trai, yêu nhau được hơn một năm thì bắt đầu có những khoảng cách vô hình mà cô gái này không hiểu được. Thằng người yêu cứ lạnh lùng và cắm đầu vào công việc mà không để ý đến cô gái. Cô gái này suốt ngày than thở với Củ Cải của tôi. Tôi nghe nhiều cũng thấy ngứa tai. Thời điểm ấy tôi học công nghệ được hai năm, nên tôi nảy ra ý định giúp nhỏ đó bằng một cách hơi khốn nạn. Tôi tạo một con virus rồi đưa usb cho nhỏ, bảo nhỏ làm cách nào đến nhà thằng kia, dùng máy tính nó và cài vào.

Ngay đêm hôm í con nhỏ đó đến nhà thằng người yêu chơi. Hình như đêm đó nhỏ cũng không về nhà, ở bên đó abc xyz gì tôi không biết. Hôm sau nhỏ nhắn cho tôi là đã cài được virus vào máy thằng kia rồi. Tôi mở máy lên và kết nối để đọc màn hình thằng bé kia. Lúc ấy mới phát hiện ra rằng, thằng này đang tán tỉnh một con, rủ nó chủ nhật đi xem phim rồi đi... nhà nghỉ. Thương con bạn của Củ Cải lắm. Con bé ngồi ôm Củ Cải khóc nguyên nửa đêm. Tôi thì hối hận vì đã làm trò này để lột mặt một thằng khốn nạn. Thà cứ im im đi cho con bé vì lạnh lùng mà chia tay còn hơn là phát hiện ra người yêu nó lừa dối. Haizz!

- Xong rồi sao?

- Hết chuyện rồi!

- Vớ vẩn, ông kể chuyện kiểu gì thế?

- Đùa thôi, tôi lưu pass facebook thằng kia lại và vẫn theo dõi màn hình của nó. Đến chủ nhật thì thằng kia nó nhắn tin cho con bé bảo nó bận cuộc họp quan trọng của công ty nó từ sáng đến đêm nên không được gọi điện làm phiền. Ông thấy khốn nạn không? Tôi, Củ Cải, con bé này đi rình, định bụng đến nhà nghỉ bắt tại trận và hô hoán cho thằng kia bẽ mặt. Tiên sư bố, hai bà này bắt tôi dậy từ 5 giờ sáng, ăn được gói xôi xéo rồi đến cổng nhà thằng này rình. Hôm đấy tôi bị muỗi đốt chân sưng đến mức về cóc cởi được cả quần phải lấy kéo cắt đấy. Vừa zớ zẩn mất thời gian lại vừa mất quần.

- Bốc phét!

- Ô tôi nói thật, con muỗi toàn to bằng con ruồi, nó đốt thì thôi rồi. Thằng này thì gần 9 giờ nó mới thò mặt ra cửa. Nó đi một đoạn, bọn tôi đi sau, cách cách nó ra. Củ Cải với con bạn bịt mặt như ninja, lấy đồ của tôi mặc, đeo kính đen trông giống y bọn tâm thần. Mà nghĩ thấy điên, hôm đó tiền đã cóc có mấy lại phải mua ba cái vé xem phim để vào theo đôi gian phu dâm phụ. Phim thì nhảm vãi, xem mà bực cả mình. Xem xong thì lại đi ăn theo lũ kia, chơi bời mãi đến tối chúng nó mới chịu đến nhà nghỉ để cho bọn tôi đổ ập bắt bớ đánh ghen. Nhưng hình như thằng này có linh cảm gì đó. Nó đi lòng vòng mãi rồi chở con bé kia về nhà. Thành ra một ngày của bọn tôi vô nghĩa. Tôi điên lắm.

- Thế xong rồi sao hả anh? - Tôi tò mò nhấc đầu lên hóng.

- Sau này hình như công ty thằng này phá sản, gái gú quanh nó bỏ hết. Lúc bấy giờ con bé bạn Củ

Cải vẫn còn thương không nỡ bỏ rơi phũ phàng, con bé cho vay tiền và giúp thằng này một thời gian. Hình như giờ chúng nó vẫn yêu nhau í. Anh chẳng hỏi nhưng mà tự thấy con gái sao mà dễ tha thứ vậy?

- Em thấy con đó ngu thì có. Đàn ông làm sao, vô tâm hay khô khan cũng được, riêng đã lừa dối thì không bao giờ đáng tha thứ.

- Ờ, anh cũng nghĩ thế. Nói chung là đừng tin ai quá, đến khi bị phản bội thì cũng không đến mức tổn thương sâu sắc.

- Tình yêu rắc rối anh nhỉ?

- Ừ, thế mà có ai thoát khỏi nó đâu. Yêu thì đau đầu vì yêu, FA thì đau đầu vì cô đơn. Dù mạnh mồm bao nhiêu cũng chẳng có ai tránh được khi duyên số đến tìm.

Tôi và Đái Bậy đang trầm ngâm mỗi người một ngả suy nghĩ thì Hoàng gắt lên:

- Thôi đi hai cái con người này, tự nhiên lại lảm nhảm mấy cái sến như con hến! Con mụ Vi ngủ đi. Mệt mà còn lảm nhảm.

- Ờ. Lè lè!

Tôi lại đặt mình nằm xuống. Câu chuyện về lòng tin của Đái Bậy làm tôi suy nghĩ thêm. Tôi vốn là một cô gái nhút nhát. Chỉ sợ sau này yêu ai đó quá nhiều mà người ta lại lừa dối tôi, lúc ấy chắc tôi sẽ gục ngã mất.

Hoàng sẽ không thế đâu Hoàng nhỉ? Mà ngẫm thì Hoàng làm gì có khả năng đó. Vừa nghèo vừa lùn vừa ngố. Ngoài tôi ra chắc chắn chả ai thích Hoàng đâu. Hĩ hĩ.

Giấc ngủ kéo đến ngay sau đó. Trong giấc mơ tôi vẫn thấy những nụ cười thân thuộc xung quanh tôi, những ánh mắt mà tôi vô cùng tin tưởng. Mãi cho đến lúc tiếng loảng xoảng khiến tôi bừng tỉnh. Trời ơi, âm thanh quen quá! Tiếng đổ đạc đổ vỡ đi kèm với tiếng chửi bới vọng về rõ ràng từ nhà tôi. Tôi nhảy xuống lay hai người con trai đang ngủ dưới đất dậy.

- Anh ơi anh ơi, hình như bên nhà em có đánh nhau.

- Thật á?

Hoàng vùng dậy trước, mở cửa ban công để nghe rõ hơn. Đúng rồi, tiếng bố chửi bới, cả tiếng mẹ khóc nữa. Tôi lao sang ban công nhà tôi thì Hoàng kéo tôi lại, lôi tôi đứng nép trong vòng tay Hoàng. Đái Bậy bật điện, vớ luôn cái vợt cầu lông ở gầm bàn trèo sang nhà tôi trước. Dặn chúng tôi cẩn thận vì người say dễ làm liều. Cửa ban công phòng tôi vốn hỏng, chỉ cần đẩy mạnh là bật ra. Chúng tôi đi theo đường phòng tôi xuống phòng khách. Đái Bậy đi trước, Hoàng và tôi đi sau cùng. Cảnh tượng ngàn lần khắc ghi trong trí nhớ, bố Tùng đánh mẹ nằm sõng soài dưới nền nhà, mẹ miệng và mũi đã ứa máu, bố vẫn túm tóc mẹ vừa tát vừa đòi giấy tờ nhà và chửi bới bằng những lời lẽ thô tục vô cùng.

Đái Bậy mở màn can ngăn bằng một cái đập thẳng lên đầu bố Tùng. Khổ nỗi anh đập vào đầu bố đứng chỗ lưới nên nó nẩy lại tưng một cái. Bố Tùng quắc mắt nhìn ra khiến tôi run bắn rồi lùi ra sau. Hoàng cầm cái tranh treo tường nhỏ gần đó làm vũ khí rồi tiến lên yểm trợ Đái Bậy. Tôi thấy Đái Bậy run lắm rồi. Mẹ tôi đứng dậy rồi chạy ra cổng, không rõ mẹ đi đâu. Còn bố Tùng thì lao vào đấm Đái Bậy điên cuồng.

Tôi chưa bao giờ tưởng tượng tôi lại dẫn hai người con trai về đánh nhau với bố. Đái Bậy thì gầy, Hoàng thì nhỏ bé. Nhìn ba người cứ người đánh người đỡ mà tôi khóc trong bất lực.

Vết thương trên đầu tôi bỗng đau nhói. Tôi tự hỏi một đứa con gái nhỏ bé như tôi đã làm sai điều gì mà cuộc sống lại bắt tôi chịu đựng nhiều đau đớn đến vậy? Tôi giật miếng băng vết thương trên đầu ra, gạt tay đập vỡ hết các lọ hoa trang trí dọc cầu thang, tôi hất đổ cả ti vi, tất cả những thứ trong tầm với. Làm gì đó điên cuồng rồi chết quách đi cũng được. Để không bao giờ phải nhìn những cảnh này nữa. Để không ai phải lo lắng cho tôi nữa. Hoàng chạy vội tới ngăn tôi lại và đỡ tôi khi tôi ngã xuống. Tôi bám chắc vào tay Hoàng, òa khóc.

- Đưa Vi đi! Vi không ở đây nữa! Đưa Vi đi thật xa. Hoàng đưa Vi đi đi.

Hoàng không biết trả lời sao. Bởi tôi lúc này bị kích động đến mức không kiềm chế được cảm xúc và hành động. Hoàng ôm chặt tôi trong lòng và im lặng. Tôi không cần biết chuyện gì xảy ra lúc này nữa.

Có một chuyến đi đang đón đợi tôi. Chuyến đi của những ngày bình yên nhất cuộc đời, của một tình cảm không gọi thành tên nhen nhóm khi có niềm tin tuyệt đối. Để tôi hiểu rằng dù đau đớn hay vấp ngã, tôi cũng không được phép yếu đuối thua cuộc, vì bên tôi luôn có một người yêu thương tôi.

Chương 18

- Nè, hai người sẽ ổn chứ hả?

Đái Bậy vừa bê giúp tôi thùng mèo con, vừa nhìn sang tỏ vẻ nghi ngờ, lo lắng. Ổn chứ sao không! Tôi có đi đánh giặc đâu mà sợ thương tích hi sinh trên chiến trường. Đi du lịch thôi mà. Hoàng chẳng nói gì, cứ vô tư đi trước, để tôi với Đái Bậy lững thững theo sau.

- Anh nghi thằng này nó vẫn ghét anh lắm.

- Chứ sao! Ai bảo anh cứ sấn đến em.

- Nhưng em với nó là gì mà cấm anh?

- Là "bạn tốt".

- "Bạn tốt" là cái quái gì? Anh là bạn xấu à?

- Anh là anh trai hay đái bậy của em.

- Không thèm! Đi đứng cẩn thận, con gái con đứa phải giữ gìn. Cần gì bảo anh, anh sẽ gài virus vào máy thằng Hoàng để em theo dõi.

- Điên! Em không cần điều đó. Yêu nhau thì phải tin nhau!

- Hả? Yêu???

- À quên, ý em là chơi với nhau thì nên tin nhau.

- Lạy bà nội. Đi đi. Giữ gìn giun thế.

- Em tát cho bây giờ.

Đến cửa tàu, Hoàng đón thùng mèo từ tay Đái Bậy, làm điệu vỗ vai bằng hữu chào nhau rồi chuẩn bị lên đường. Tôi đứng bần thần trước tàu. Từ trước tới giờ tôi luôn sợ những bến bus, bến tàu, nhà ga.

Bởi ở những nơi ấy luôn xuất hiện cảnh chia ly bịn rịn. Người bước lên tàu, đi đến những ngả đường xa lạ, người còn ở lại quay trở về, lang thang từng bước chân trên con đường cũ. Rồi họ bị cuốn vào nhịp sống hối hả, quay cuồng gánh lo cơm áo, một ngày nhớ về nhau được bao nhiêu tích tắc? Tôi sợ những chuyến tàu đưa người ta đi xa đời nhau. Như lúc này đây, khi tôi đang ngồi bên cửa sổ, Đái Bậy đứng dưới, tay đút trong túi quần, nhìn tôi bằng ánh mắt mang hàm ý tạm biệt.

- Anh sẽ ổn chứ?

Đái Bậy mở to mắt ngạc nhiên, rồi như đã tiếp nhận câu hỏi mang nhiều lo lắng đó của tôi, anh gật gật nhẹ đầu, tay xua xua tôi. Tôi biết anh giờ đây cũng đang mang trong mình một nỗi đau tình cảm, khi người con gái anh yêu hai năm trời vì những lý do gia đình mà phải cách xa anh. Khi ở tuổi trưởng thành, không gì có thể khiến cho chúng ta vấp ngã đớn đau bằng vết rạn nứt của tình cảm. Tôi nhìn Đái Bậy hồi lâu trước khi tàu chạy. Quen anh trong hoàn cảnh dở khóc dở cười, thân với anh qua vài ba lượt anh chở tôi đi chơi, hiểu anh hơn qua câu chuyện anh kể; đôi mắt "trong veo" của tôi - anh nói nó là thứ duy nhất anh cảm nhận được rằng tôi là một cô gái đáng tin tưởng, cô gái mà anh sẵn sàng dùng tính mạng để bảo vệ, cô gái anh không ngại chia sẻ những nỗi đau của đời anh. Thi thoảng Đái Bậy gọi tôi là "em gái", tôi hiểu được tình cảm của anh dành cho tôi như thế nào, như tình cảm của hai người dưng trót nặng lòng vì nhau.

Tàu lăn bánh rồi đấy. Đái Bậy đã ở phía sau khuất tầm mắt tôi.

- Nhỏ đang nghĩ gì?

- Hả? Gì cơ? - Tôi quay sang nhìn Hoàng ngạc nhiên.

- Nhỏ buồn! Tôi biết mà.

- Chả biết gì cả. Hoàng thì biết gì chứ?

- Tôi biết hết!

- Biết gì?

- Biết nhỏ buồn!

- Vớ vẩn! Không buồn! Tôi chỉ buồn khi cô đơn thôi.

- Đúng rồi! Có tôi thì nhỏ không được buồn!

- Vớ vẩn!

- He...

Hoàng đặt thùng mèo con ở dưới chân. Còn tôi thì để đồ đạc bên cạnh. Hoàng dặn tôi đừng nhìn ra cửa sổ, dễ bị say tàu. Sức khỏe tôi tuy yếu nhưng cũng không đến nỗi bị say xe. Bức tranh bên cửa sổ tàu từ thành phố chuyển sang những hình ảnh bình dị ở ngoại thành. Tôi không rõ chuyến đi này sẽ đem lại cho tôi những gì, tôi sẽ ổn hơn hay tồi tệ đi, chẳng biết nữa. Cuộc đời là những chuyến di dời từ bao mảng đời thân quen sang xa lạ, là những trải nghiệm về sự cô đơn trong lòng những thành phố khác nhau. Tôi đã định từ chối Hoàng khi Hoàng nói muốn cùng tôi vào Đà Nẵng - thành phố của sự yên bình. Tôi đã sống ở thành phố yên bình ấy rất lâu trước khi cùng bố mẹ chuyển ra Hà Nội, tôi hiểu nó quá rõ rồi. Nhưng nghĩ lại, đây cũng là dịp tôi về thăm khoảng ký ức tuổi thơ. Nơi lớn lên trong vòng tay chăm sóc của bố khi bố vẫn nghĩ tôi là con gái ruột của ông.

Từ Hà Nội vào Đà Nẵng phải mất hơn nửa ngày. Lúc thấm mệt, tôi hồn nhiên để mặc mình dựa vào bờ vai của Hoàng. Hoàng gầy lắm, và thấp nữa. Ngả vào lòng cậu ấy mà tôi phải cúi hết sức. Người gì mà cứ còng queo cứng ngắc như khúc gỗ. Hoàng ít nói. Tôi hỏi thì nói, không thì thôi, tuyệt nhiên không phát ngôn nửa lời. Đôi lúc chỉ hỏi tôi có mệt không? Có muốn ăn bánh không? Có muốn uống nước không?

Tôi gặp bố Hoàng hôm trước ở bệnh viện. Ông cũng khá thấp! Có lẽ Hoàng giống bố về chiều cao. Khuôn mặt ông có nét gì đó nghiêm nghị, đôi mắt đa tình. Tôi nghĩ rằng ông rời bỏ vợ con để đi tìm hạnh phúc mới mà thôi, chứ chẳng còn lý do gì khác. Đàn ông là thế, khi ngôi nhà quen thuộc không còn cảm giác gắn bó, họ sẽ đi tìm một bến bờ mới mẻ hơn. Trong tình thương không có điều gì tồn tại mãi mãi, không phải cứ cho đi là được nhận lại. Dù sao thì bố vẫn chăm lo cho Hoàng khi Hoàng vấp ngã, điều đó là đáng trân trọng rồi, không cần màng tới việc sự chăm sóc đó do yêu thương mà làm, hay là do cảm giác có lỗi nên phải làm gì bù đắp. Những đứa trẻ bị bỏ rơi như chúng tôi, chỉ cần được cưu mang là đã biết ơn lắm, không dám đòi hỏi nhiều.

- Nhỏ bị sốt này! - Hoàng nhẹ nhàng quay sang, áp má Hoàng vào trán tôi rồi thốt lên.

- Đâu có.

- Sốt đấy!

- Lũ mèo có sao không nhỉ? - Tôi chuyển hướng.

- Không sao đâu nhỏ. Những sinh linh bị bỏ rơi luôn có sẵn mạnh mẽ để tồn tại.

- Như chúng mình phải không?

- Chúng mình có bị bỏ rơi đâu?

- Có mà!

- Tôi không bỏ rơi nhỏ, nhỏ không bỏ rơi tôi, hai người là số nhiều còn gì.

Chúng tôi cứ tiếp tục những câu chuyện dở hơi không đầu không cuối, cũng không có nội dung, không có điểm dừng. Hoàng đứng dậy vặn mình luôn luôn. Cậu ấy nói cậu ấy có cảm giác nôn nao và rất mệt khi phải đi xa. Tôi hỏi vậy tại sao không ở nhà nghỉ mà lại quyết định đi? Cậu ấy nói rằng khi ở quá lâu trong một thành phố, cậu ấy có cảm giác như người mù ngạt thở. Chưa chắc đi nơi khác đã sáng mắt ra và thở dễ hơn, nhưng được thở một bầu không khí mới, bước chân trên những con đường mới sẽ đem lại cảm giác dễ chịu. Ở chỗ chúng tôi, cái gì cũng rẻ, những vật chất bình thường thiết yếu ra hàng tạp hóa là có thể mua, chỉ duy có tình người là đắt.

- Sắp đến rồi đó! Chúng mình xuống ga rồi bắt taxi về khách sạn luôn nhé!

Hoàng không bắt tôi cầm gì nặng, chỉ ôm hộp mèo con, còn cậu ấy kéo vali và đeo ba lô. Tôi và Hoàng thuê một phòng nghỉ nhỏ giá bình dân, có cửa sổ nhìn ra biển. Chúng tôi nhìn non quá hay sao, mà nhân viên nhà nghỉ cứ tỏ vẻ e ngại, chỉ khi Hoàng đặt chứng minh thư mượn của anh họ sinh năm 85 họ mới hồ hởi giới thiệu các dịch vụ của mình. Thời buổi nào rồi mà còn nhìn vào tuổi tác mà đánh giá chứ? Tôi dậy thì từ năm 13 tuổi đó. Tôi có thể lấy chồng và có khả năng đẻ được một đàn con rồi đó. Tôi già lắm rồi! Hừ...

- Nhỏ đi tắm đi. Tôi ngủ đây!

- Trời đất! Hoàng tắm trước! Hôi như cú! Tôi mà tắm trước xong ra làm sao ngủ được.

- Zời ơi, tôi mệt sắp chết rồi. Tôi say xe chứ nhỏ có say đâu?

- Đi tắm!

Tôi lôi đôi quần đùi của hắn ra cửa sổ dứ dứ dọa vứt xuống đường. Hắn vội bật dậy chạy ra giật lấy rồi phi vào trong nhà tắm luôn. Không hiểu loại đàn ông gì mà... Chắc dọa cắt ấy cũng không sợ bằng việc mất quần đùi. Trông mấy cái quần mà phát gớm. Lòe loẹt kinh chết đi được!

Trong lúc Hoàng tắm, tôi mở vali ra kiểm tra xem cậu ấy mang cái gì. Mì tôm này, dao cạo râu, quần đùi hoa, áo phông, bùa bình an...

May quá, có sữa cho lũ mèo. Tôi chọc một hộp ra, đổ cho mấy bé một nửa, uống một nửa lấy sức. Đà

Nắng yên tĩnh như một đứa trẻ đang ngủ say. Đầu tôi nặng quá. Có lẽ phải ngủ một giấc thôi!

...

Một giấc ngủ là liều thuốc tốt nhất khi người thấm mệt và trái tim đang tổn thương. Khi tỉnh dậy tôi có cảm giác như đã ngủ mấy ngày liền. Ánh sáng ngoài cửa sổ đã nhạt đi. Mặt trời lặn rồi! Khẽ cựa mình, bỗng thấy vai nặng nặng. Gì cơ? Hoàng đang nằm cạnh, vòng tay ôm tôi ngủ ngon lành. Tôi ngước lên, bắt gặp khuôn mặt hồn nhiên của cậu ấy, thánh thiện và trong sáng vô cùng.

- Đồ khỉ! Dám ôm tôi mà không xin phép!

Tôi khẽ thủ thỉ, nhưng ngủ say quá Hoàng ko nghe thấy gì. Cậu ấy thở đều vào tóc tôi. Tôi nhắm mắt lại, tiếp tục say ngủ trong một vòng tay tuy bé nhỏ nhưng ấm áp vô cùng. Ngoài kia, những cơn gió lạnh thi nhau nhảy múa! Mặc kệ!

...

- Này Vi! Dậy đi! Sao nhỏ ngủ như lợn thế?

Cái gì? Dám gọi tôi là lợn. Tôi he hé mắt ra nhìn. Thấy Hoàng đang ngồi bệt bên giường, gác mặt lên tay, ngồi nhìn tôi chằm chằm.

- Gì vậy?

- Gì?

- Nhìn chi vậy?

- Từ bé hổng có được ngắm khỉ lúc ngủ. Giờ thấy lạ quá!

- Thế cuối cùng tôi là heo hay là khỉ? Đằng ấy lai tôi với lắm loài quá.

- Ừ thì heo lai khỉ!

Hoàng kéo tôi dậy, nhìn qua hình ảnh của tấm kính cửa sổ, tôi tự thấy tôi giống con khỉ thật! Đầu tóc bù xù như tổ quạ. Hoàng bảo tôi thay quần áo rồi đi ăn. Cậu ấy vò rối tung đầu vì phải suy nghĩ sẽ đưa tôi đi ăn gì. Mới vào đây lần đầu tiên, chắc tôi phải là hướng dẫn viên du lịch cho Hoàng thôi.

Đà Nẵng buổi tối thật tuyệt. Tôi hít căng lồng ngực không khí nơi đây. Tôi kéo Hoàng đi ăn bánh tráng cuốn thịt heo. Tôi có gặp vài người quen trước kia là hàng xóm và hỏi thăm nhau. Điều này khiến cho Hoàng tròn mắt ngạc nhiên, đợi đến khi họ đi hết, Hoàng mới nhéo tay tôi hỏi:

- Ngày xưa Vi sống ở đây hả?

- Ừ đúng rồi!

- Thế sao Vi không nói?

- Nói làm chi?

- Chán bỏ xừ! Hỏng hết kế hoạch của tôi rồi!

Mãi đến đêm, sau khi lang thang chơi đùa khắp mọi nơi, Hoàng ở ê thủ thỉ, tôi mới hiểu cậu ấy đã chuẩn bị những điều bất ngờ cho tôi. Hoàng có quen bác bảo vệ của cầu sông Hàn, và muốn cùng tôi lên đó để ngắm cầu xoay. Tôi lưỡng lự một chút rồi gật đầu đồng ý. Hơi sợ một tẹo, nhưng do tò mò nên cũng muốn thử. 12 giờ đêm, cầu sông Hàn sẽ xoay ngang để mở đường cho những tàu lớn đi qua. Khoảng 1 giờ đêm sẽ quay trở lại. Hoàng dắt tôi đi bộ chậm chậm ra giữa cầu. Lúc này hai chân tôi đã mỏi nhừ, nhưng có một sức mạnh vô hình cứ đẩy bước tôi đi. Dưới cầu, ánh đèn loang trên mặt nước, tạo thành những vệt sáng đang nhảy múa. Hoàng nắm chặt tay tôi không rời. Mồ hôi từ bàn tay cậu ấy ướt lây sang cả tay tôi. Cậu ấy đang sợ điều gì vậy? Dù có thả tay ra, tôi cũng đâu có chạy đi hay biến mất đâu.

Cả hai chúng tôi đều không nói gì, ai cũng suy nghĩ một hướng. Tôi muốn hét thật to nhưng sợ bảo vệ ra đuổi nên không dám cất lời. Hoàng đang lạc trong một miền suy nghĩ xa xăm nào đó. Tôi không dám làm phiền cậu ấy, đành ngồi xuống bệ xi măng cạnh thành cầu, lôi điện thoại ra chơi điện tử. Được một lát, lúc ấy khoảng 11 rưỡi, Hoàng bảo tôi ngồi ở đây đợi, cậu ấy đi sang đường mua bánh và nước, khi nào đói tôi có thể ăn. Dù sợ ở một mình, nhưng Hoàng chạy nhanh quá tôi không giữ kịp. Lúc ấy tôi đã có linh cảm xấu trong lòng rồi. Rằng cậu ấy chạy khỏi vòng tay của tôi và sẽ không bao giờ quay lại.

Ngồi co ro ở giữa lòng sông khi đêm đang dần buông xuống. Hơi sương lạnh làm tay tôi run run nhẹ. Tôi đếm từng giây từ lúc Hoàng đi. Cậu ấy phải chạy nhanh lên chứ. Có biết tôi sợ khi phải tồn tại một mình ở một không gian xa lạ như thế này không? Hai mươi phút trôi qua vẫn chưa thấy Hoàng về. Tôi bấm điện thoại gọi, tiếng chuông từ điện thoại Hoàng nhấp nháy trong túi xách của tôi. Cậu ấy đi tay không, không mang theo điện thoại. Tôi lại đan tréo chân lên nhau ngồi đếm từng giây tiếp tục đợi. Đồ khỉ mặt ngựa! Tại sao lại đoảng tới mức ấy chứ?

Đến 12 giờ vẫn chưa thấy Hoàng quay lại, tôi đứng dậy chạy về bên bờ. Dưới chân tôi đột nhiên chuyển động, ầm ì và rung lên từng nấc. Cầu bắt đầu xoay rồi. Quái quỷ! Giờ này Hoàng ở đâu chứ? Còn tôi ở đây làm gì? Cô đơn và lạc lõng giữa thế giới hào nhoáng xa lạ này!

Ngồi bệt xuống đất, tay tôi thọc sâu vào túi xách. Cố ngăn cho nước mắt không trào ra. Tên ngốc này bị làm sao vậy? Sao lại bỏ tôi một mình trên cầu? Tôi phải làm gì cho hết hơn một tiếng để chờ cầu xoay lại vị trí cũ rồi đi về bờ đây?

Trong lúc trống rỗng sợ hãi, tôi bấm số gọi cho Đái Bậy. Điện thoại Hoàng thì ở đây rồi, tôi không muốn làm phiền Linh lúc này, có lẽ nó đang ngủ say lắm.

- Em làm sao thế? Sao lại gọi giờ này? Hoàng nó làm bậy à?

- Em đang kẹt ở trên cầu. Hoàng nói cùng em đứng trên cầu đợi cầu xoay và cùng em ngắm bầu trời sao ban đêm cho đến khi cầu xoay trở lại. Thế mà cậu ấy đi đâu mãi không thấy quay về.

- Em sợ à?

- Em... không!

- Chắc hắn gặp chuyện gì đó trên đường thôi. Tắt máy đi anh gọi lại cho.

Đái Bậy nói chuyện với tôi lâu lắm. Anh giúp tôi xua đi lo lắng và sợ hãi. Tôi muốn nghe anh kể chuyện, nhưng hôm nay anh nói anh không có gì để kể, anh muốn nghe tôi tâm sự. Tôi ngồi lặng đi một lúc nghĩ suy. Tôi có gì để kể đâu? Gia đình thì quanh đi quẩn lại cãi vã đánh đập, trường lớp cũng không chơi thân với mấy người. Thế là tôi quay sang kể về lão Hoàng. Sau này Đái Bậy bảo tôi, cứ mỗi lần kể về Hoàng là giọng điệu tôi lại vô cùng hào hứng. Tôi kể cho Đái Bậy nghe khoảng thời gian tôi thích thầm hắn, hay hé mắt nhìn hắn qua khe cửa ban công, hắn thích trồng xương rồng bên cửa sổ, thích đọc sách trinh thám, ở bẩn và lười tắm. Đái Bậy hỏi tôi thích hắn ở điểm gì. Tôi không biết trả lời thế nào. Tôi nói với anh rằng:

- Em cũng không biết nữa! Nhưng chỉ khi ở bên Hoàng, trái tim em mới đập những nhịp bình yên của nó!

Đái Bậy cười khả ố. Anh trêu tôi là ngốc, yêu một thằng post ảnh nhạy cảm của tôi lên mạng, hành hạ tôi đủ trò, vô tâm không bao giờ để ý đến tình cảm của tôi. Tôi cãi lại ngay, anh ấy thì biết gì chứ, Hoàng sửa xe cho tôi, nấu cơm cho tôi, luôn coi tôi là một thứ gì đó mong manh dễ vỡ cần được bảo vệ và che chở hết sức. Chúng tôi đã bên cạnh nhau một khoảng thời gian không ngắn, trải qua những kỷ niệm không thể nào quên. Tôi tin rằng trong lòng Hoàng, tôi cũng là một thứ gì đó... quan trọng. Phải không Hoàng?

- Thế tại sao hắn lại bỏ em một mình như bây giờ?

- Anh nói Hoàng gặp chuyện mà. Có thể gặp chuyện thật!

- Cầu sắp xoay lại rồi đấy!

Tôi nhìn lại điện thoại. Trời đất! Buôn chuyện gần một tiếng, tai tôi đang nóng bừng lên rồi.

- Em cúp máy đây!

- Chúc em bình an!

- ... Anh... cũng vậy nhé!

- Tất nhiên rồi!

Tôi có thể tưởng tượng được nụ cười của Đái Bậy lúc này, nhẹ và hiền. Cất điện thoại vào túi xách, tôi chạm tay phải một chiếc ví nam. Là ví của Hoàng. Tên ngốc này, quên ví ở đây thì mua đồ bằng lá cây à? Thế mà không chạy về nhanh lại còn làm gì để muộn cả giờ cầu xoay? Tôi đứng dậy nhìn về phía bờ. Nheo mắt mãi mới thấy Hoàng đang ngồi bệt ở lề đường, cạnh cột mốc. Bộ dạng Hoàng mệt mỏi chán chường thấy rõ. Có những khoảng lặng mà chúng tôi không biết là vui hay buồn, như lúc này đây, khi tôi và Hoàng đứng cách nhau chỉ một dòng nước, mà không tài nào chạy về phía nhau được.

Cầu rung chuyển và xoay trở về vị trí vốn có của nó. Tôi đi chậm chậm về phía bờ. Khi nhìn thấy Hoàng ở đầu bên kia tôi mới bắt đầu chạy, nước mắt tràn ra trên má. Hoàng đón tôi bằng cánh tay và bờ vai gầy guộc. Tôi vừa khóc vừa trách mắng:

- Hoàng nói sẽ ở bên tôi khi thế giới rung chuyển cơ mà? Tại sao lại bỏ tôi một mình? Tại sao chứ?

Hoàng không trả lời tôi, cậu ấy im lặng ôm tôi.

Ở đằng xa, ánh đèn trên cao vẫn hắt xuống dòng nước tạo thành những vệt sáng dài yên ả.

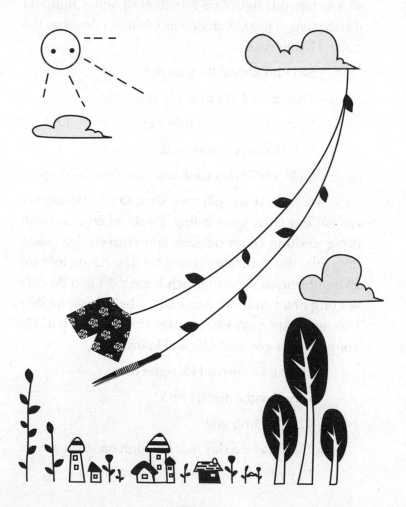

Chương 19

Tôi và Hoàng trở về khách sạn lúc gần 2 giờ sáng vì còn đi loăng quăng dạo bộ dọc đường. Người tôi mệt nhoài, đến mức vừa mở cửa phòng, tôi lao ngay ra giường nằm bẹp xuống. Hoàng lụi hụi đi lấy bánh pha sữa cho mấy bé mèo con, dọn dẹp cho sạch sẽ, vào tắm qua người rồi mới dám đi ngủ. Chúng tôi để đèn ngủ vì ngại. Ánh đèn mờ thôi, đủ để tôi có thể ngắm Hoàng cười.

- Sao nhỏ không thay áo đi?

- Thay gì cơ? Tôi mặc vậy quen rồi.

- Ừ, còn tôi toàn cởi trần ngủ.

- Vậy Hoàng cởi trần ra đi!

- Gì kì vậy? Nằm cạnh nhỏ sao làm thế được?

Tôi úp mặt vào gối cười khúc khích. Hoàng lấy cái gối ôm chặn giữa chúng tôi để không có hành động gì đụng chạm dễ sinh lắm chuyện. Đà Nẵng đêm mùa thu lành lạnh, chúng tôi đắp chung một cái chăn, nhưng sao khoảng cách không đủ gần để chia sẻ cùng nhau chút hơi ấm ít ỏi. Cả hai chúng tôi đều khó ngủ, nằm quay ngang quay dọc một lúc lâu. Tôi vòng tay qua gối, giật giật áo Hoàng:

- Hoàng kể chuyện tôi nghe đi!

- Chuyện gì được hả nhỏ?

- Chuyện tình yêu!

- Tôi chưa hề có lấy một mối tình nào trọn vẹn cả.

- Vậy những mối tình đã tan vỡ thì sao?

- Thực ra hồi học trung học tôi chỉ thích mỗi một người. Bạn ấy xinh lắm, tên Tuyết Chi, luôn tết tóc Thái vắt sang một bên vai. Trông bạn ấy thật giống thiên thần. Tôi ngày ngày đi học, lặng lẽ đứng ở góc hành lang ngắm bạn chạy qua chạy lại chơi đùa. Nhỏ không hiểu được cảm giác của một thằng con trai kém cỏi như tôi đâu. Trên người chẳng có lấy điều gì đặc biệt, thì mơ tưởng gì mà thích người ta chứ?

Thế rồi một ngày cuối năm lớp 10, lớp tôi đi lao động cuối năm để chuẩn bị cho bế giảng, bạn ấy không biết tí máy tí mẻ gì mà cuốc vào chân, bật cả móng, máu chảy ròng ròng. Tôi nhìn sợ quá, lúc ấy trong suy nghĩ của tôi chỉ sợ bạn ấy mất máu mà chết. Tôi vội quẳng xẻng lao tới, bế thốc bạn ấy lên vai, bê như bê lợn, chạy thẳng vào phòng y tế. Khổ cái, lúc ấy cái ông y tá đi đâu không biết, chẳng có khóa để mở tủ thuốc, tôi điên tiết nhặt đôi guốc (chả biết của ai) ở góc tủ, đập cửa kính một phát vỡ choang. Sau đó lấy ra bông băng, cồn i-ốt sát trùng, rửa sạch chân cho bạn ấy rồi băng lại. Mọi việc tôi chỉ làm trong vài phút. Bạn ấy với mọi người trố mắt nhìn tôi cứ như quần tôi thủng đít vậy. Xong xuôi tôi đi thẳng ra sân trường, vác xẻng đi về. Bạn ấy đã ổn, rồi sẽ có người chăm lo cho bạn ấy những phần còn lại. Tôi chỉ làm được nhiêu đó thôi.

Nhưng con gái thật kỳ lạ. Bạn ấy thích tôi kể từ lần tai nạn đó. Tôi không bao giờ nghĩ sự việc ngày hôm ấy lại thay đổi mối quan hệ của tôi với bạn ấy nhiều đến thế. Chúng tôi đi chung đường đến trường, cùng đợi nhau ở cột điện đầu ngõ. Tôi đi cái xe đạp mifa màu xanh lá, bạn ấy đi mini màu hồng, bốn bánh xe đạp đều đặn bên nhau suốt quãng thời gian lớp 11. Bạn ấy dạy tôi chơi rubik, dạy tôi học Văn, dạy tôi cách tết hoa trang trí bàn học... Nhiều lắm, cái gì bạn ấy cũng biết. Còn tôi, tôi chỉ biết yêu, chẳng biết gì.

- Rồi có chuyện gì hả Hoàng?

- Năm cuối 11, tôi mải mê chơi bời điện tử. Mà cái tuổi đó thì chẳng biết sao ham mê lắm thứ phù du đến thế. Tôi chẳng chịu học hành gì cả. Cả ngày cắm đầu vào mấy cái quán game cổng trường. Kết quả học tập thì be bét. Bạn ấy nhắc nhở tôi luôn luôn nhưng tôi không nghe. Đến một ngày bạn ấy nói không muốn quen một người bất tài không có ý chí như tôi nữa. Tôi nhận ra thì mọi thứ muộn rồi. Tự làm mình xấu xí đi trước mắt người ta. Tôi ngu dốt và ngốc nghếch. Con đường đi học của tôi lúc ấy lại quay trở lại thời gian trước, hai bánh xe trước sau đều đặn đuổi nhau trên mặt đường. Buồn thì buồn lắm. Nhưng chiếc cốc vỡ rồi mà cố nhặt lên thì cái còn lại chỉ là những vết nứt. Tôi không bao giờ muốn sửa chữa những gì đã hỏng.

- Vậy là cứ rời xa hả Hoàng?

- Ừ, hè năm ấy người ta phải chuyển đi vì bố mẹ chuyển công tác. Người ta gọi điện bảo tôi là: "Nếu Hoàng giữ Chi lại, Chi sẽ ở lại, một mình

Chi sống ở đây cũng được.". Tôi cười bảo: "Không, Hoàng không giữ. Chi đi đi!". Thực tình lòng tôi đau lắm chứ. Nhưng giá như tôi sinh ra là công tử trong một gia đình giàu có, tôi tự làm ra tiền, tự lo được cuộc sống cho tôi, tôi sẽ giữ bạn ấy ngay. Làm sao lại có thể để tình yêu của đời mình rời xa mà không đau đớn nuối tiếc. Tôi biết tôi sẽ rất buồn. Nhưng điều đó tốt cho người ta hơn.

- Hoàng thật ngốc!

- Tôi biết vậy!

- Rồi người ta... rồi Chi đi à?

- Đúng rồi. Buổi chiều trước hôm Chi đi, bạn ấy sang nhà tôi gõ cửa gọi tôi ra. Tôi không ra. Nói chuyện gì thì cũng không thể thay đổi được. Tôi không thích nói nhiều. Tính tôi thế. Bạn ấy gọi ầm lên. Sau đó tôi nghe tiếng RẦM cứ như sét đánh ấy. Vội chạy ra, cái cửa nhà tôi đổ be bét nghiêng ngả. Trời đất quỷ thần ơi!!! Bạn ấy đạp đổ cả cửa Vi ạ. Tôi sợ vãi đái, không nghĩ bạn ấy khỏe như trâu thế. Bạn ấy lao vào nhà, đi đến chỗ tôi, đấm cho tôi ba phát nổ đom đóm mắt. Xong rồi bạn ấy về. Hôm sau bạn ấy chuyển nhà tôi đứng núp trên ban công nhìn cho đến khi khuất bóng, khóc mất cả buổi chiều.

- Hi hi!

- Cười chi?

- Vi buồn cười.

- Bạn ấy đi rồi, tôi lại quay lại những ngày nhàn nhạt. Mối tình qua đi như thế. Mấy quả đấm của bạn ấy làm mặt tôi sưng tím cả tháng trời luôn. Khiếp đảm. Ra đi mà để lại cho người ta ký ức hãi hùng.

Tôi cười bò ra khi nhìn bộ mặt thất kinh của Hoàng lúc tả lại, cảm giác cậu ấy như đang trải nghiệm sự sợ hãi ấy một lần nữa. Kể xong Hoàng quay ngay đi nơi khác. Tôi nhìn thấy trên bờ vai cậu ấy một nỗi buồn không thể nói được thành lời. Tại vì đâu mà một người con trai tầm tuổi này lại luôn tự ti và hạ thấp bản thân mình như thế? Cậu ấy không hề hiểu rằng, một khi chính cậu ấy còn không yêu thương và trân trọng bản thân mình, thì có ai yêu thương cậu ấy được nữa đây?

Có phải vì những nỗi đau tinh thần, vật chất đã trôi qua để lại trong trái tim cậu ấy một vết thương không bao giờ lành?

- Còn Vi thì sao?

- Sao cơ?

- Vi yêu ai chưa?

- Có lẽ là chưa! Có lẽ chỉ mới biết thích, chưa yêu.

- Ai?

- Cũng chẳng có gì để kể. Xưa ở Đà Nẵng, học lớp 8, có em lớp 7 thích tôi, nhưng rồi tôi chuyển ra Hà Nội cùng bố mẹ, bặt vô âm tín từ đó. Những mối tình con trẻ thường trôi đi do khoảng cách địa lý xa xôi. Thực ra nghĩ kĩ thì cũng không phải, xa xôi không ở đâu xa, không vì đâu cả, xa xôi là do lòng người mà thôi. Nếu thực lòng quan tâm, thực lòng yêu thương thì đã không bỏ lỡ. Không biết vì sao em ấy lần mò được số điện thoại nhà tôi, thi thoảng vẫn gọi hỏi thăm "Chị ngốc khỏe không?", "Nhớ Đà Nẵng chứ?", "Và... chị có nhớ em?". Hi, hay nhỉ, mỗi con người chúng ta đều có một miền riêng nào đó dù đã trôi rất xa nhưng vẫn luôn lưu giữ trong một góc nhỏ của trái tim mình.

- Này này, cái gối... cái gối!

Tôi giật mình nhìn, cái gối Hoàng đặt ngăn cách giữa tôi và Hoàng đã bắn ra góc giường từ lúc nào. Bây giờ tôi và Hoàng chỉ cách nhau một bàn tay, ngước lên là bắt gặp ánh mắt cậu ấy. Tôi vội quay đi, nằm lui lui ra mép giường. Hoàng ho ho vài tiếng rồi kéo chăn lên đắp cho tôi, cậu ấy bảo tôi ngủ đi. Tôi gật đầu nhẹ nhẹ.

- Này Hoàng!

- Hử?

- Tôi có phải loại con gái hư hỏng không?

- Định nghĩa con gái hư hỏng là như thế nào?

- Thì bỏ nhà theo trai, vào nhà nghỉ với trai, ngủ cùng giường với trai...

- Thế thì đúng phóc rồi.

- Cái gì?

- Tôi nói Vi đúng là loại con gái hư hỏng rồi.

- Hoàng thuê phòng khác cho tui ngay!!!

- Hẩy, Vi có tiền thì tự thuê đi!

187

- Hoàng...

Trời đất! Tôi điên mất. Hắn là người lôi kéo tôi đi giờ lại trở mặt như thế sao? Tôi cầm gối đứng phắt dậy, với luôn cả tấm khăn tắm to rồi đi ra góc phòng, trải khăn tắm ra và nằm xuống đó.

- Vi làm cái gì đấy?

- Làm gái ngoan!

- Ủa chứ lại có định nghĩa ngủ đất là gái ngoan à?

Tôi im lặng. Giờ hắn là thế thắng rồi. Cãi gì cũng chỉ thua thôi.

- Thế còn cái phần bỏ nhà theo trai, vào nhà nghỉ với trai thì tính sao đây?

- Cuối cùng là Hoàng muốn gì? - Tôi lại đứng dậy gào lên.

- Thì tui muốn cho nhỏ thấy rằng chẳng có ai phán xét nhân cách nhỏ cả, chỉ cần nhỏ không làm sai gì, không hành động hổ thẹn với bản thân mình là được. Thôi lên giường đi. Trời sắp sáng còn tuổi thì mệt lắm rồi. Ngồi đợi cái cầu xoay mà muỗi đốt sưng chân không cả cởi được quần dài ra.

- Ai khiến đi rồi không về đúng giờ?

- Nhỏ còn không thèm hỏi thăm tôi vì sao không về đúng giờ nữa.

- Hỏi thăm thì có quay thời gian cho đằng ấy về đúng giờ được không?

- Nhưng ít ra thì cũng phải hỏi chứ?

- Im đi, trốn khỏi nhà cho bình yên mà nói riết đau đầu thấy mồ.

- Nhỏ cũng đâu có nói ít đâu?

- Thế đằng ấy có trật tự không?

- Ờ thì trật tự, tôi bắt đầu trật tự đây, e hèm, tôi trật tự nhé. Thông báo với nhỏ là tôi bắt đầu trật tự đây này, trật tự thật đấy, từ bây giờ tôi không có nói gì đâu.....

- Im đi! Chết mất!

Tôi lấy cả hai cái gối úp tai trong khi Hoàng vẫn lải nhải bên cạnh. Tên này bình thường không sao nhưng cứ lên cơn là điên vậy. Một lúc sau mọi thứ lại chìm vào yên tĩnh, Hoàng thôi lảm nhảm trêu tôi. Đêm lại vang lên những âm thanh riêng biệt. Nhìn ra cửa sổ, tôi đoán trời sắp sáng. Bóng tối cô quạnh phía ngoài tấm rèm cửa sổ nhắc tôi nhớ đến bố mẹ. Hai người giờ đang làm gì? Chắc cũng không biết tôi đã đi khỏi nhà, đã đi đâu và với ai. Bao năm qua tôi cứ sống như một nhân vật thừa thãi vậy thôi.

Hoàng lại vòng tay kéo chăn đắp cho tôi. Ban đêm ở Đà Nẵng lạnh thật. Tôi co mình trong tấm chăn để gạt đi những cơn gió đầu đông. Đằng sau lưng tôi, tiếng thở đều đều. Nhịp thở của người đang thức. Nhịp thở của những nghĩ suy chưa thể chìm vào giấc ngủ. Chúng tôi, những đứa trẻ mới chập chững bước vào đường đời va vấp, nằm cạnh nhau trong một căn phòng, giữa một thành phố lạ, dưới bầu trời đêm mùa đông lành lạnh... Tôi sẽ không bao giờ quên. Quên sao được những nhịp thở mạnh dần để lấy hết dũng khí trong trái tim cho đến khi đủ can đảm vươn tay về phía tôi và ôm tôi vào lòng, trong khi tôi nín thở nhắm nghiền mắt giả vờ ngủ.

Con đường tôi đi, có một người lúc nào cũng giúp tôi cảm thấy bình yên và được che chở, là người luôn đưa tay về phía tôi trước khi tôi sợ hãi và lo lắng bất cứ điều gì.

***

Cảm giác nheo mắt tỉnh giấc và nhận ra có người đang nằm nhìn mình quả thật vô cùng đáng sợ. Tôi gần như bay lên trần nhà và đạp Hoàng thủng bụng lăn lông lốc xuống đất ngay khi phát hiện hắn ngồi ngắm tôi ngủ. Nhưng ngay sau đó nhìn Hoàng lồm cồm bò dậy lại thương. Tôi đạp mạnh quá thì phải.

- Nhỏ bị điên hả? Mới tỉnh dậy đã khùng rồi.

- Sao đằng ấy lại nhìn tôi ngủ?

- Tôi đang tính gọi nhỏ dậy, ai ngờ lúc nhỏ tỉnh giấc lại động kinh vậy chứ???

Tôi chụm chân lại, nghĩ cũng ngại. Thứ con gái gì đâu. Chạy tới kiểm tra xem Hoàng có bị thương chỗ nào không thì bị hắn gạt ra. Bỗng dưng cảm thấy áy náy.

- Trong phim Hàn Quốc nam chính ngồi ngắm nữ chính đâu có bị đạp lòi cả dom ra như thế này chứ? - Hoàng lầm bầm.

- Hả?

- Không, đi ăn đi!

Đà Nẵng ban ngày không gian yên ắng và tĩnh lặng vừa đủ cho tôi vừa cười mủm mỉm vừa tản bộ mà không vướng bận điều gì. Đã Nẵng là thành phố tôi sống từ khi sinh ra đến khi bố mẹ chuyển công tác ra Hà Nội. Cũng là bước ngoặt lớn nhất trong cuộc đời khi chuyến xe ra Hà Nội tôi bị tai nạn, vào bệnh viện cấp cứu thì phát hiện tôi không phải con gái bố Tùng. Rồi từ đó mái ấm hạnh phúc gia đình của tôi hoàn toàn biến mất, nhường chỗ cho những nứt vỡ khổ đau. Cuộc sống luôn có những khúc ngoặt không thể đoán định trước. Tôi cũng không bao giờ ngờ những thứ xảy ra với mình lại trái ngang đến vậy.

Hoàng chạy về phía trước, cười nhăn nhở, tay khua khắng lòng khòng như con vượn. Tôi bất giác cười theo. Trong đầu lẩm nhẩm một vài địa điểm để đưa Hoàng tới chơi. Tôi đưa Hoàng đi ăn bánh mì ở Lu café - quán của một người bạn tôi quen, đi ăn bánh tráng cuốn thịt heo, đi ra Cù Lao Chàm. Áy náy nhất là từ Cù Lao Chàm về, tôi vắt cái quần dài của Hoàng lên thành tàu, gió giật rơi mất xuống biển, mất gần 1 triệu và toàn bộ giấy tờ cá nhân của cậu ấy. Hoàng tức tôi ra mặt vì phải mặc quần xà lỏn về khách sạn. Tôi thì không phản kháng lại vì tội rõ ràng là của tôi rồi. Nhưng đến lúc Hoàng cằm ràm nhiều quá, tôi gắt lên:

- Có mỗi cái quần mà lèm bèm riết vậy? Mai về tôi mua lại cho.

Hoàng được thể chửi um lên ngay:

- Nhỏ nói nghe hay nhỉ, nhỏ thử hỏi mình xem nhỏ đã làm được gì cho tôi hay toàn phá hoại?

Tôi ức quá. Dù gì cũng chỉ có cái quần thôi. Mất rồi thì mua cái mới, đơn giản vậy thôi mà. Con trai mà tính toán ghê thế! Tôi cầm cái khăn tắm hình Kitty của tôi quẳng vào mặt hắn rồi quát:

- Tui thấy đằng ấy quấn cái này hợp hơn đấy. Đồ đàn ông mặc váy!

Hoàng thấy tôi giận, lại hớt hải chạy theo giữa đoàn người chiều tối đổ từ biển về khách sạn. Nhìn hai đứa trẻ chúng tôi rõ mắc cười. Con bé thì hầm hầm cái mặt, thằng bé mặc quần bơi ôm khăn tắm hồng chạy đằng sau. Hoàng cứ ra sức gí cái khăn tắm vào tay bắt tôi cầm. Mãi không được hắn ức gần như khóc, gào lên với tôi:

- Cầm hộ tao đi con điên!

- Cóc cầm!

Cứ thế tôi với Hoàng chí chóe cả đoạn đường về. Đặt chân được vào khách sạn, hai chị lễ tân nhìn chúng tôi che miệng cười. Tôi lấy chìa khóa rồi thủng thẳng đi lên tầng trong khi Hoàng đã chạy lên úp mặt vào cửa phòng đợi tôi từ bao giờ. Nói thật nhìn cái điệu bộ hắn lúc ấy dù có tức giận đến đâu cũng muốn bò ra mà cười. Những ngày ở Đà Nẵng bình yên và lắm phiền toái đáng yêu. Tôi có làm gì có lỗi Hoàng cũng chỉ giận được một lúc rồi lại hiền hòa chịu đựng. Hoàng hứa sớm mai sẽ đưa tôi đi phố cổ

Hội An, mua tặng tôi vài món đồ tôi thích. Còn tôi thì ngồi lẩm nhẩm tính xem tôi đã quen Hoàng bao lâu, bao nhiêu ngày, đã trải qua bao nhiêu kỷ niệm mà tôi và cậu ấy lại thân thiết tới mức không hề có khoảng cách như thế.

Chúng tôi cùng nhau tận hưởng những giây phút vô ưu vô lo cho đến khi điện thoại của Hoàng rung lên một số quen thuộc. Tôi sợ tới mức làm rớt cây bút dạ trên tay khi đang chơi vẽ mặt mèo với Hoàng. Bác Ngọc gọi. Tôi chỉ nghe thấy tiếng léo nhéo ở đầu dây bên kia, sau đó là mặt Hoàng hơi biến sắc. Không chờ Hoàng cúp máy, tôi chạy vội ra vali lấy điện thoại của tôi bật nguồn lên. Người lớn luôn khiến những đứa trẻ như chúng tôi buộc phải bước ra từ cổ tích và trở về hiện tại. Đèn điện thoại của tôi mới kịp sáng, còn chưa kịp khởi động hết các chương trình đã rung bần bật. Mẹ gọi! Cảm giác như hai ngày vừa qua mẹ chỉ ngồi ở nhà và bấm đi bấm lại số điện thoại của tôi cho đến khi liên lạc được. Tôi ấn nút nghe, chầm chậm trả lời:

- Alo!

- Mày giỏi nhỉ? Con ranh con mất dạy! Mày về ngay đây trước khi tao đến lôi cổ mày về...

Tôi chỉ nghe tới đó là đặt điện thoại xuống đùi, giữ máy một lát cho mẹ độc thoại một mình. Tôi thừa đoán được những lời chửi rủa mà mẹ có thể thốt ra. Nước mắt lại trào ra khiến tôi muốn trốn vào một góc nào đó cô độc trên thế giới này, một góc chỉ có mình tôi thôi.

Hoàng đến bên tôi, nhẹ nhàng ngồi cạnh nhưng không nói gì. Tôi ngước sang nhìn Hoàng, nấc lên:

- Ngày mai chúng mình phải về rồi!

Hoàng gật đầu và im lặng để tôi khóc tiếp. Lát sau cậu ấy đưa tay vỗ vỗ vào vai tôi. Tôi được thể khóc òa lên, tay ra sức quệt ngang má mà vẫn không đỡ được hết nước mắt. Ban đêm tĩnh lặng đến đáng sợ. Tôi hoảng hốt giữa những cơn gió đập vào cửa sổ. Vội vã ngồi xích lại gần Hoàng:

- Hoàng nói gì đi. Tôi sợ im lặng!

- Vi nín đi!

- Ừ, ừ!

- Tôi thương Vi nhiều, Vi đừng khóc nữa.

Nghe xong câu đó, tôi khóc ác hơn. Hoàng bối rối:

- Vi đừng để ý đến những lời nói của người lớn. Họ chẳng biết gì đâu! Thật đấy, mẹ Vi còn chẳng nhớ năm nay Vi bao nhiêu tuổi, học lớp nào, thì làm sao hiểu được những gì Vi đang chịu đựng. Đừng chấp những người vô tâm Vi ạ. Chỉ cần có tôi thương Vi là đủ rồi...

Tôi cố gắng ngăn nước mắt nhưng dường như không được. Đành để mặc cho lòng mình chảy trôi. Nghĩ đến hành trình ngày mai quay trở về với những cơn ác mộng, tôi không khỏi sợ hãi. Nhưng cái gì đến rồi cũng sẽ đến thôi. Dù sao thì bên tôi cũng có một bờ vai sẵn sàng cho tôi tựa vào khi mệt mỏi.

Ngoài khung cửa sổ, gió vẫn thét gào! Nhưng trong căn phòng này, ngồi cạnh Hoàng tôi thực sự cảm thấy ấm áp.

Mỗi người chúng ta khi sinh ra đã có cho mình một con đường, một số phận riêng để đi. Chúng ta có thể là kẻ đơn độc trong một giai đoạn, một thời kỳ nào đó, song sẽ đến một thời điểm mà chúng ta không ngờ trước được, có người bước chân vào cuộc hành trình của đời mình.

Ấy là khi chúng ta biết rung động trước một người, biết trao đi yêu thương và nhận lại thương yêu...

Chương 20

Buổi sáng cuối cùng ở Đà Nẵng, tôi tỉnh dậy hít hà mùi biển. Quờ tay sang bên cạnh, định tìm tay Hoàng để cấu cho cậu ấy một phát, nhưng giật mình khi thấy nửa giường bên cạnh trống không. Tôi lật chăn choàng tỉnh giấc, ngó nghiêng xung quanh cũng không thấy Hoàng trong phòng. Khi người ta đang được che chở bởi một bờ vai bình yên tại một thành phố lạ, đột nhiên bờ vai ấy biến mất, ta sẽ không khỏi hụt hẫng chênh vênh. Mặc nguyên bộ quần áo ngủ, tôi mở cửa chạy xuống đường. Đứng mân mê gấu áo một lúc vẫn chẳng thấy Hoàng đâu. Thật ngốc! Tại sao không ở yên trên phòng và gọi điện thoại cho cậu ấy chứ? Tôi lẩm bẩm với mình như thế.

- Ủa sao Vi không ngủ? Còn sớm mà!

- Hoàng đã đi đâu thế hả? Sao không nói với tôi hả??

- Đi lên phòng thôi, gió lạnh mà mặc thế này ra khỏi nhà à?

Hoàng úp cho tôi cái gì đó lên đầu rồi kéo tôi đi. Tôi bỏ xuống xem.

- Cái gì đây? Cái bô à?

- Luyên thuyên. Tên khoa học của nó là CÁI MŨ.

- Trông gớm thấy mồ, mua cho tôi đấy hả?

- Ừ, nhìn đầu Vi như hói, nên đội đi đỡ lộ.

- Con chó Hoàng!

Trong cái tình cảnh thê thảm như thế này mà hắn vẫn còn trêu đùa vui vẻ như thế được. Tôi lên phòng mở tủ ra đội thử mũ, xoay trái xoay phải để ngắm.

- Xinh nhỉ?

- Hả? - Hoàng đang dọn quần áo cũng phải trố mắt đáp trả tôi.

- Tui nói là, tui đội cái mũ Hoàng mua cho này, nhìn xinh!

Tôi nói chậm, rành rọt từng tiếng một và theo dõi nét mặt Hoàng. Đôi mắt cậu ấy hiền dịu và sáng như giọt sương buổi sáng vậy. Cậu ấy nghe xong cười tít mắt. Tôi cứ nghĩ cậu ấy phải thốt ra vài câu chê bai hay xiên xỏ tôi. Không ngờ cậu ấy gật đầu rồi đứng dậy, xoay cái mũ chếch khoảng 15 độ so với vị trí tôi đặt lúc đầu rồi quay người tôi vào gương.

- Đây! Đội thế này, cái nút thắt của mũ phải đặt nghiêng nghiêng bên này.

Tôi nhìn vào gương mỉm cười. Lần đầu tiên tôi được nhìn thấy hình ảnh chúng tôi đứng cạnh nhau. Hoàng cao hơn tôi nửa cái đầu, hình dáng nhỏ bé và còn nét gì đó ngây thơ như một đứa trẻ. Cậu ấy đứng cạnh tôi, gần hơn bao giờ hết. Tim tôi lần đầu tiên đập mạnh như thế. Trong gương, tôi thấy cô gái mỉm cười. Liệu có phải là yêu?

Đột nhiên tôi quay sang, gục đầu vào ngực Hoàng, vòng tay ôm cậu ấy nhẹ nhẹ. Tôi đã nói rất nhiều. Nào là mình đừng về Hà Nội nữa được không? Mình tiếp tục trốn chạy được không? Vi thấy sợ hãi,

Vi thấy lo lắng, Vi thấy chán nản cái vòng xoay mờ
nhạt ở ngôi nhà Vi đang sống lắm rồi. Tôi nói nhiều,
nhưng Hoàng chỉ trả lời mấy câu. Hoàng hỏi rồi sẽ
như nào? Chúng tôi sẽ làm gì? Kiếm tiền ra sao? Câu
trả lời nào cũng là một nhát búa giáng xuống đầu
tôi. Cậu ấy ôm trọn vai tôi trong vòng tay cậu ấy, mà
sao tôi thấy mọi thứ nặng nề đến vậy. Thà rằng cậu
ấy cứ nói dối an ủi tôi vài câu, ừ hữ cho xong, nhưng
Hoàng chẳng bao giờ thế, cậu ấy luôn bắt tôi phải
mạnh mẽ đối diện sự thật.

Chuyến tàu trở về, tôi và Hoàng ít nói hơn.
Tôi buồn, còn Hoàng mệt. Cậu ấy say xe. Trong suốt
quãng đường đi, Hoàng gục mặt vào đống túi ni
lông suốt. Tôi cứ ngồi cười mỗi khi cậu ấy nôn ra
mấy đống xanh đỏ rồi mặt tái mét lại. Nhìn rõ yếu
ớt. Vật vã quá thì Hoàng lại gục vào vai tôi bắt tôi hát
cho nghe. Những bài hát từ tuổi thiếu nhi đến tuổi
yêu đương làm cho quãng đường đi của chúng tôi
ngắn hơn rất nhiều.

Hà Nội đón chúng tôi bằng mùi hoa sữa. Hơn
13 tiếng ngồi trên tàu khiến người tôi đau ê ẩm. Đi bộ
nhiều tới mức gót chân tôi bị sưng đỏ cả lên. Hoàng
gọi taxi về, ngồi trên xe tôi chỉ muốn thời gian trôi
thật chậm, để những cảm xúc trong tôi lưu giữ được
lâu hơn nữa. Con đường cứ ngắn dần, ngắn dần, báo
hiệu cho tôi biết điểm đến lúc lúc càng gần. Vừa bước
chân tới đầu ngõ, Ki đã sủa ẩm lên. Tôi chạy vội vào
gian hàng tạp hóa của bà Tám, ôm Ki vào lòng. Thật
tội nghiệp, chủ của em lang bạt, em cũng phải đi ở

nhờ. Bà Tám từ trong nhà ra cốc vào đầu tôi mấy cái. Tôi chào bà rồi dắt Ki về. Mấy ngày xa nhau mà đã thấy em gầy đi nhiều. Đôi mắt như muốn trách móc tôi. Trong đầu tôi lúc này đang phải suy nghĩ xem sẽ trả lời bố mẹ ra sao. Nhưng khi mở cửa vào nhà, tất cả đều trống rỗng. Nhà chẳng có ai, tối om om và lạnh ghê người. Gọi tôi về để trông nhà với chó sao?

Lên phòng cất đồ đạc, Hoàng nhắn tin bảo tôi sang nhà ăn cơm. Tôi lẳng lặng nghe theo. Dù sao cũng sợ cảm giác cô độc một mình. Nhìn thấy tôi, bác Ngọc mắng cho mấy câu, nửa giận nửa thương. Tôi cứ cúi gằm mặt xuống nghe vì không biết nói gì. Bác thấy thế lại ra xoa đầu dỗ dành. Bác cứ mắng còn hơn, nhẹ nhàng với tôi làm tôi lại tủi thân và ứa nước mắt. Tối hôm ấy bác nấu bao nhiêu món, trong bữa cơm, bác chửi Hoàng riết luôn, vừa ra sức gắp đồ bắt tôi ăn, vừa chửi Hoàng là hư đốn với hành động thiếu suy nghĩ. Hoàng ngồi im re không cãi nửa lời. Ăn xong tôi xin phép về nhà. Dù sao thì không thể ở chầu chực nhà hàng xóm mãi.

- Nè! Cầm cái này về!

Hoàng đưa tôi hộp cơm cho Ki và một túi bánh gạo để tôi đêm đói thì ăn. Tôi lẳng lặng nhận. Nhận xong đi về quên cả cảm ơn. Kiểu cảm xúc trống rỗng khiến người ta không hành động như người tỉnh táo được.

- Sao mặt nhỏ cứ cau có như con chó thế?

- Hả? Tôi cau có hả?

- Ừ, bèo nhèo như con mèo.

- Thôi đi, tôi về!

- Cẩn thận nhé!

- Gì cơ?

- Vào phòng thì khóa phòng cẩn thận.

- Ừ!

Căn phòng nhỏ xinh quen thuộc. Tôi sắp xếp lại sách vở rồi online hỏi bài Nhật và Linh. Đái Bậy thấy nick tôi sáng là nhảy vào chat luôn. Đột nhiên nhớ đến câu chuyện hôm nọ Đái Bậy kể, tôi nhờ Đái Bậy làm một việc mà cho đến giờ tôi vẫn không thể hiểu tại sao tôi lại vô sỉ như thế.

- Anh giúp em cài virus theo dõi vào máy tính Hoàng được không?

- Hả? Để làm cái gì?

- Em thực sự muốn biết Hoàng nghĩ gì, về cuộc sống, về em.

- Em sẽ thất vọng đấy! Con trai bọn anh nhiều cái tởm lắm.

- Cũng được!

Tôi làm thật! Ngày hôm sau khi Đái Bậy đến đưa usb cho tôi, tôi sang nhà mượn máy tính Hoàng để gửi cái mail, cũng cài virus vào máy của Hoàng luôn. Lần đầu tiên làm một việc vụng trộm và xấu xa như thế nên tôi run lắm. May mà Hoàng không có trên phòng. Xong xuôi tôi về nhà nghe lời hướng dẫn từ Đái Bậy, mở màn hình ảo đã kết nối được với máy Hoàng để theo dõi cậu ấy. Hoàng đăng nhập yahoo tôi đọc được cả password luôn. "taoeocan". Hic hic. Để cái pass gì mà kỳ quặc vậy trời. Một loạt lịch sử chat từ ngày xưa của Hoàng và Hưng hiện ra, tôi mò mẫm đọc cho bằng hết. Toàn nói xấu tôi. @__@ Mà còn nói xấu thậm tệ. Lão Hưng ngoa ngoắt như mấy bà bán thịt ngoài chợ, lúc nào cũng dành cho tôi cái danh xưng rất chi là ba chấm: *"cái con điên đấy"*, *"cái con hôi nách đấy"* (Mà tôi chắc chắn là lão chưa ngửi nách tôi bao giờ). Trong lòng tôi thấy buồn vô cùng. Hoàng chẳng bảo vệ tôi gì cả, Hưng nói gì cũng ừ ừ suy nghĩ. Nước mắt tôi lại trào ra. Cuối cùng thì trên thế giới rộng lớn chênh vênh này, tôi phải đi đến đâu để tìm được một người hiểu mình đây? Những tưởng đã tìm được rồi nhưng phải chăng lầm lẫn?

"Thế tao hỏi thật mày có thích nó không?"

"Không. Chơi bời thôi mà. Mày đừng hỏi nhiều nữa."

"Chơi bời thôi mà". Câu nói đó làm tôi choáng váng. Tắt phụt màn hình rồi thay đồ, sắp xếp sách vở. Tôi định bụng nghỉ nốt ngày hôm nay rồi mai mới bắt đầu đi học lại nhưng với tâm trạng chuột chù này thì không ở nhà được rồi. Phi xuống cổng thì gặp Hoàng, hắn nhe răng cười chào tôi nhưng tôi không thèm đáp lại, cứ thế đi thẳng. Thật là thằng con trai hai mặt. Hắn nghĩ hắn là ai mà tôi là ai chứ? Chơi bời hả? Đồ điên!

- Này Vi! Sao thế?

- Không sao. Đừng đụng đến tôi.

- Ủa kỳ vậy? Tôi làm gì Vi?

- Tự hỏi đằng ấy ấy.

Tôi rẽ ra đường lớn rồi chạy nhanh tới bến bus và lên xe, bỏ mặc Hoàng đằng sau với những thắc mắc của hắn. Mở điện thoại lướt qua thông tin. Đã thấy status mới của lão Hưng: "Sốc: Quần Đùi Hoa và em Nhíp chỉ là chơi bời???". Rồi Hoàng sẽ sớm tìm ra câu trả lời thôi. Tôi chẳng muốn nghĩ nhiều nữa. Cuộc sống này chẳng có ai đáng tin. Nhân cách đàn ông đúng là chỉ đáng để mèo tha chuột gặm.

Cô giáo có gặp tôi hỏi han tình hình gia đình và sức khỏe. Tôi chỉ trả lời được qua loa. Tôi mệt mỏi quá rồi. Giá như đừng ai nói với tôi một điều gì để tôi phải đáp lại nữa. Đang nói chuyện với cô giáo thì cô nhận được cuộc gọi. Nghe xong cô bảo tôi xuống cổng trường gặp bố để lo việc gia đình. Tôi nhỏ nhẹ xin cô nghỉ học 1 tuần để ổn định lại tâm lý. Lúc này tôi không đủ sức để ngày ngày đến tiếp thu bài học. Cô giáo buồn bã gật đầu. Tôi muốn nói với cô rằng đừng lo lắng cho em, rằng mọi chuyện sẽ ổn, thế mà bước chân đã vội vã bước đi.

Bố Tùng đợi tôi ở bên kia cổng trường. Khuôn mặt bố nhìn gay gắt và đáng sợ. Tôi bước chậm chậm tới gần, đi quá nửa đường đột nhiên Hoàng lao từ đâu ra chặn lại, kéo tôi đi hướng khác, đằng sau là Hưng và hai thằng đầu xanh đầu đỏ xăm hình ở tay phi xe máy đến chặn bố tôi. Tôi chẳng hiểu chuyện vô lý gì đang xảy ra. Giật tay Hoàng rồi đứng lại chờ một lời giải thích, Hoàng lại kéo tôi đi tiếp. Hoàng nói bố Tùng đang muốn bắt cóc tôi để trả thù mẹ tôi, Hoàng nói Hoàng nghe lỏm được điều đó và cần phải cứu tôi. Nghe vô lý thế. Làm gì có chuyện bố bắt cóc con???

- Con Vi! Mày đứng lại ngay cho tao!

Tôi nghiêng đầu nhìn về phía sau lưng Hoàng. Thấy bố Tùng hùng hổ bước đến, người bạn đi cùng bố xăm trổ đen sì trên bắp tay nhìn sợ phát khiếp. Tôi quay lưng chạy luôn. Sống với hiểm nguy bao ngày nên trong lòng tôi có linh cảm chẳng lành. Hoàng chạy nhanh kéo tôi ấn đầu dúi vào taxi vừa trờ tới. Tóc tôi bù xù lên như con điên luôn.

- Cái quái gì vậy hả?

- Trật tự đi! Sao người nhỏ tí mà hét to thế? Anh ơi cho em đến đầu An Dương Vương.

Tôi cào cào lại tóc rồi gục đầu vào cửa kính. Sao mệt mỏi như thế này chứ? Tôi tự hỏi những tháng ngày vô nghĩa như thế này đến bao giờ mới kết thúc?

- Vi khóc đấy à?

- Không!

- Tôi nhìn thấy nước mắt đấy!

- Tôi đã nói không là không mà!

- Vậy nhỏ đang làm gì?

- Tôi đang trấn tĩnh lại mình và suy nghĩ xem chuyện gì đang xảy ra.

- Tôi đã nói rồi mà. Chú Tùng muốn bắt cóc Vi để đòi giấy tờ nhà.

- Ờ, thế là Hoàng dắt tôi chạy trốn hả?

- Ừ, chứ không lại để Vi bị chú ấy đem đi à?

- Thế xong rồi sao nữa? Chúng mình đi đâu?

- Việc ấy để tôi lo. Mà Vi hỏi nhiều quá, nghĩ nhiều quá. Vi ngủ đi.

Đến một đường rẽ xuống ngõ ở đường An Dương Vương, Hoàng bảo tôi ngồi ở quán nước đầu ngõ, mua cho tôi một cây kem rồi đi vào ngõ một lát. Trước khi đi Hoàng còn cởi áo khoác ra bắt tôi mặc, bắt tôi trùm mũ lên đầu và ngồi trong góc quán, dặn tôi phải ngoan ngoãn cho đến khi Hoàng ra. Tôi vừa ăn kem, vừa lôi điện thoại ra chơi điện tử, cảm thấy trong lòng chộn rộn hào hứng khó tả. Mà quái lạ, sao lúc ấy không mảy may lo sợ gì cả, biết đâu Hoàng mới chính là người có âm mưu bắt cóc tôi. Hoàng đi vào ngõ để gọi đồng bọn ra ụp bao tải lên đầu tôi rồi bê lên biên giới thì sao?

Ăn hết cái kem, tôi thấy Hoàng đi ra ngõ cùng với một người đàn ông, nhìn quen quá, hình như đã gặp vài lần.

- Hai đứa đi đứng cẩn thận nhé! Có gì gọi bố. Đem cái này về cho bà nội, bảo bà nhớ uống mỗi ngày nhé! Cẩn thận nhé Vi!

Tôi cứ ấp úng chẳng nói được câu nào. Chân tay lúng túng đan đan giẫm giẫm lên nhau. Hoàng chào bố rồi dắt tôi lên đường lớn, bắt taxi và lại đi. Lưng Hoàng đeo một cái ba lô to, không rõ bên trong có gì. Tôi vẫn im lặng, trong khi cần phải hỏi Hoàng đang làm gì và đưa tôi đi đâu. Hắn là thằng con trai mới sáng nay còn nói quen tôi chỉ là chơi bời. Liệu rằng những thứ đang chờ đợi tôi phía trước có đúng như tôi mong đợi? Đúng lúc định nói thì Hoàng nắm nhẹ tay tôi và nhìn tôi trấn an:

- Mình lại bỏ trốn vài ngày đi! Từ khi quen Vi, không rõ vì sao tôi không muốn sống trong thế giới thực nữa.

- Nhưng mơ mãi rồi sẽ phải tỉnh mà!

- Khi đang mơ tôi không có thời gian để nghĩ đến điều đó!

Vẫn để tay mình ấm áp trong tay Hoàng, tôi quay ra cửa kính, ngắm những ngôi nhà lần lượt trôi về phía sau. Thôi thì, khi còn tỉnh táo, thì cứ mơ đi. Tuổi 17 của tôi là những chuyến đi, những lần trốn chạy cùng một người lạ. Người lạ ấy đem đến cho tôi những giây phút bình yên hơn hết những người tôi từng quen biết.

Cuộc đời mỗi người liệu có giống như những con tàu, băng băng tiến về phía trước, mải miết chạy trên đường ray số phận để đi tìm bến đỗ của riêng mình?

Chương 21

Hoàng đưa tôi về quê nội, vùng quê có những con đường cắt ngang qua đồi, xẻ đồi ra làm hai nửa. Tôi thích thú ngắm nhìn những hàng thông lá bông bông ở lưng chừng đồi giữa nền trời xanh ngắt, trong khi Hoàng vẫn mặc sức nấu cháo dinh dưỡng xanh đỏ bên cạnh. Sáng nay không biết ăn gì chưa mà nôn dữ. Tôi vỗ vỗ lưng Hoàng dỗ dành:

- Khổ, đằng ấy nôn ra cả ruột gan phèo phổi rồi đấy!

- Nhỏ là trâu hay là người thế? Còn cả cái xe khách này nữa, lèn khách như xe chở lợn, lắc với rung còn hơn cả máy giặt.

- Công nhận, hình như cái xe này sản xuất từ thời Pháp thuộc. T___T

- Về nhà tôi có mỗi chuyến này thôi. Mai này tôi làm to, tôi sẽ điều hắn chục chuyến về đây mỗi ngày.

- Xì, Hoàng hợp với cái chức Cục trưởng Cục phân cục thôi.

- Nhỏ này thôi đi... Ọe...

Trời đất! Tôi cảm tưởng tôi đang ngồi cạnh cái nồi nấu cám lợn. Quang cảnh hai bên đường đã thay đổi. Đi qua quãng đường xẻ đồi thì đến đoạn đường bạt ngàn lúa. Tôi không kìm được sự thích thú. Mảng màu xanh mướt trước mắt khác hẳn với những ngôi nhà vuông chen nhau ở thành phố. Mặc kệ Hoàng vật vã với đống túi ni lông, tôi kéo hé cửa kính để gió tràn vào, mùi đồng quê thơm thơm.

Điểm đỗ của tôi và Hoàng là một đoạn đường, bên phải là đồng lúa, trên kia là một con đường nhỏ rẽ vào làng. Hoàng vẫn chưa hết mệt, cứ dúi đầu vào đống rơm nhà ai cất lên bên lề đường. Tội quá. Trên đời này chắc không có thằng con trai nào say xe như hắn. Tôi chạy lại túm cổ hắn lôi đi, miệng không ngừng cằn nhằn:

- Nôn thế thôi. Cứ ọe ọe nữa là phọt ra cả mật đấy.

- Nhỏ cõng tôi được không?

- Cái gì nữa hả? Đứng dậy đi đi.

Đồ mất nết! Hoàng cứ ngồi lì ở bên đường, mặt tái xanh tái xám. Tôi không làm cách nào dựng dậy được, hắn mệt nên tôi phải chịu trách nhiệm đeo cái ba lô đồ đạc to gấp đôi người. Túng quá tôi cũng ngồi bệt xuống cùng hắn luôn.

- Làm thế nào giờ? Vì đói quá!

Nhìn đôi mắt long lanh cộng cái bụng đang kêu ọc ọc của tôi, Hoàng đứng phắt dậy, giật ba lô đeo lên lưng rồi cầm tay kéo tôi đi. Tôi lũn cũn chạy theo cậu ấy trên con đường mòn đầy ổ gà dẫn vào làng.

Nhà bà nội nằm ở giữa xóm. Đường vào nhà bà có những bụi dứa dại bên đường, cổng nhà có giậu hoa râm bụt to. Hoàng đứng ở cổng gọi bà mãi không thấy ai đáp, tôi với tay hái hoa râm bụt đưa lên miệng mút mút ở cuống, vị hoa ngọt như mật ong. Bỗng nhiên thấy mình như được trở về cái ngày trẻ thơ vài tuổi, thơ thẩn với những hàng cây chụm rụm quanh nhà.

Ở làng quê, mỗi khi xuất hiện người lạ thế nào cũng là mục tiêu tấn công của lũ trẻ con. Trong lúc đứng đợi bà ở cổng, có một túm trẻ quanh quẩn ở đấy, thằng trèo cây, thằng núp đống rơm, thằng ngồi trên bờ tường... Chúng nó ngó tôi và Hoàng như nhìn người ngoài hành tinh. Tôi thấy hơi sợ nên nép vào cánh tay Hoàng. Nhìn nhau chán, phán đoán tình hình chán, có một thằng mặt mũi sáng nhất ra gần chỗ chúng tôi hỏi:

- Mấy người tìm bà Út à?

- Ờ! - Hoàng trả lời ngắn gọn.

- Là ai? Sao chưa nhìn thấy bao giờ? Đến đòi nợ à? - Thằng bé dò xét.

- Chúng tôi là cháu, nợ nần gì ở đây? Bà tôi nợ ai?

- Đích thị là đòi nợ rồi! - Một thằng cao to đen từ đống rơm nhảy sổ ra hầm hè chúng tôi.

- Không thì là ăn trộm! - Một thằng nữa nhảy từ bờ tường xuống, tay vân vê vạt áo.

- Dở à? Đòi nợ với ăn trộm cái gì? Chúng tôi là cháu về thăm bà! - Tôi vẫn đứng sau Hoàng, thấy Hoàng không phản kháng gì nên thò mặt ra phân bua.

- A, giọng điệu con này giống y một con điên nguy hiểm!

"Con điên nguy hiểm"???? Lần này cả lũ trẻ tràn ra vây quanh chúng tôi làm tôi với Hoàng sợ chết khiếp, tưởng sắp bị đánh hội đồng. Nhưng cả lũ vẫn đứng im đó, chỉ nhìn nhìn chờ đợi. Mặt Hoàng thộn ra như ị đùn, chắc cũng chẳng hiểu được tình hình. Tôi hít sâu rồi đứng lên nói giọng trịnh trọng:

- Chúng tớ về thăm bà nội. Đây là cháu trai, tớ là cháu gái. Chúng tớ không phải côn đồ trộm cướp đòi nợ ăn cắp gì đâu!

- Ừ thì có ai nói là côn đồ đâu. - Một thằng phân bua.

- Cũng có ai bảo trộm cướp. - Thằng nữa đế theo.

- Ai vu cho là ăn cắp đâu. - Thằng nữa cũng góp được một câu.

- Có ai bảo là đòi nợ đâu. - Cả lũ cùng đốp lại.

Ôi tôi chết mất! @___@ Phải nói cái gì với chúng nó bây giờ???

- Vậy có ai biết bà tôi ở đâu không?

- Kia kìa!

Nhìn theo hướng chỉ tay của thằng cao to đen, quay sang bên trái, một cụ bà đang chậm chậm tiến về phía chúng tôi. Hoàng chạy vội về phía ấy, để tôi đứng lại một mình. Lũ trẻ vẫn cứ nhìn tôi chăm chú. Tôi đứng... nhìn lại! Cảm giác mình đang là một tên tử tù đứng giữa những nhân chứng lạnh lùng quyết đoán. Người tôi như có kiến bò.

- Cha tiên nhân thằng mất nết, mày còn nhớ bà với cái nhà này hả con?

Bà nội sau khi nhìn thấy Hoàng vừa khóc vừa đánh Hoàng. Hoàng như một con cún đi lạc bao năm

giờ tìm được mẹ, khuôn mặt cậu ấy đầy yêu thương
và tội lỗi, đứng chịu những cái đánh yêu của bà. Bà
vừa đi vặt đỗ về, rổ đỗ cầm trên tay rơi vung vãi mặt
đường. Lũ trẻ đang đứng quanh tôi chạy vội tới, mỗi
thằng nhặt một ít để lại vào rổ. Tôi đứng im chờ đợi.
Chờ đợi sự đón nhận của một người bà dành cho
đứa trẻ xa lạ này...

Lũ trẻ lúc này đã biết chúng tôi đúng là cháu bà
nên tản đi chỗ khác chơi. Bà nội tiến lại gần tôi, dắt tôi
vào nhà. Cử chỉ ấm áp quá. Bà thấp hơn tôi chút xíu,
tóc đã bạc được vấn quanh đầu, bà mặc áo nâu, quần
nái đen và khoác một tấm áo len bên ngoài. Ngay sau
khi bà buông tay tôi ra để mở cửa, tôi nhảy nhót lung
tung giữa khoảng sân rộng nhà bà. Lần đầu tiên tôi
được hít thở một luồng không khí thơm đến vậy ở
một nơi đẹp như thiên đường. Tôi chạy chỗ này một
tí, chạy chỗ kia một tí, ngó góc này một tẹo, nhìn góc
kia một tẹo. Hoàng cứ vẫy vẫy gọi tôi vào nhà nhưng
tôi không nghe. Làm sao có thể cưỡng nổi sự thích
thú và tò mò trước mọi thứ lạ lẫm như thế này.

- Này, sao nhỏ như con chó sống chuồng thế hả?

- Tát cho phát giờ! Cái thùng kia là cái thùng
gì thế?

- Không được đụng vào cái thùng đó. Đừng...

Muộn rồi! Kết quả là tôi phải ngồi hẳn một
tiếng đồng hồ ở giếng cùng bà gội đầu vì tội thò mặt
vào chum tương.

...

Làng quê, bà nội, giếng nước, ao nhỏ, vườn rau... đem đến cho tôi niềm vui vô cùng lạ lẫm. Bà nội hiền và ấm như một tấm chăn bông. Bà bảo tôi bà không có cháu gái, sự xuất hiện của tôi giống như một nhánh cỏ bốn lá giữa cánh đồng. Tôi kể cho bà nghe về tôi, về bố mẹ, về em Ki, về trường lớp, và về Hoàng. Câu chuyện nào cũng thú vị và đáng yêu như nhau. Bữa trưa bà nấu cơm cá kho, tôi ngồi ăn tận năm bát, trong khi bà cứ giục tôi ăn nữa thì Hoàng ngồi gườm gườm thầm thì: "Nhỏ là lợn hay là người thế?". Quá đáng!

Chiều đến khi nắng đã nhạt bớt, Hoàng xin bà cho chúng tôi đi chơi. Phải đứng đợi bà dặn dò cẩn thận tỉ mỉ đừng chơi ở chỗ nào đừng hái cây vặt quả đái bậy ở đình chùa hơn 10 phút tôi và Hoàng mới được đi. Đúng lúc ấy có một thằng bé cao tướng nhưng mặt non choẹt vào nhà bà xin ổi, bà gửi gắm tôi và Hoàng luôn cho nó rồi đội nón đi trước. Tôi nhìn Hoàng dò hỏi, Hoàng thì đứng nhìn người bạn mới mãi không biết nói gì. Cho đến lúc thằng bé đi đến trước mặt chúng tôi, hất hàm hỏi:

- Ăn ổi không?

Hoàng sựng lại một lúc rồi gật gật:

- Có, có!

- Có thì vào góc nhà cầm cái gậy ra đây!

Hoàng cun cút làm theo, tôi chạy theo bạn mới ra gốc ổi góc ao. Đi một đoạn bạn mới lại kéo tay tôi rẽ bước chân theo đường riêng.

- Cẩn thận giẫm phải cứt đấy! Tôi toàn vào vườn bà đi bậy thôi.

Tôi trợn mắt nhăn mũi nhìn. Thằng điên này đã đi bậy lại còn la làng. Hoàng cầm cái gậy chọc ổi chạy theo sau. Vừa đi vừa hét vì giẫm phải "mìn". Trong khi tôi cầm mũ đứng hứng ổi thì Hoàng ngồi bờ ao cọ dép. Quang cảnh thi vị hết sức. Lúc đầy một mũ ổi, bạn mới nhảy từ trên cây xuống, đưa hai đứa "bạn mới" của "bạn mới" men theo rìa ao đi ra đường.

- Mày học lớp mấy rồi? - Bạn mới vừa nhai ổi hỏi.

- Tớ lớp 8. - Hoàng nói dối.

- Tớ chó gì! Xưng tao mày đi.

- Tao lớp 8!

- Tao với mày khéo bằng tuổi đấy. Tao đúp học 2 năm mà.

- Ừ.

- Mày tên gì?

- Hoàng! Trần Minh Hoàng!

- Hỏi tên chứ hỏi họ quái đâu mà nói. Tên đẹp như cứt. Ở đây trẻ con toàn tên lởm thôi.

- Thế mày tên gì?

- Tao tên Học. Bố tao đẻ hai thằng, đặt tên Đại với Học. Thế mà bọn tao đi học bị đúp suốt. Mai này đẻ con tao sẽ đặt tên chúng nó là "Bị Đúp" để chúng nó đỗ đại học.

214

Hoàng quay sang tôi nhe răng cười, tôi thì cố nín cười đến nỗi đỏ cả má. Bạn mới nói chuyện thật thà dã man.

Bạn mới đứng há mồm cười hềnh hệch:

- Buồn cười lắm phải không? Hê hê!

- Không! Đáng yêu lắm!

Tôi trả lời Học. Bạn ấy tự nhiên đỏ mặt rồi đứng gãi gãi đầu thật lực.

- Mày làm sao thế? Nhìn mặt tự nhiên đần thối như ngỗng ỉa thế? - Hoàng đập bộp vào vai Học hỏi.

- Sao đâu, lần đầu tiên được con gái khen "đáng yêu" nên thấy đụt đụt.

- Vãi =))))

Tôi ôm rổ ổi đi trước vì không muốn ngoác mồm cười trước hai người con trai. Từ cổng nhà bà rẽ sang phải đi một đoạn là có một con mương to nước trong vắt chảy qua. Tôi đứng dưới bậc đá các cô làm đồng về hay xuống rửa chân, cảm nhận dòng nước mát lịm đang xoay vòng vòng quanh cổ chân. Học và Hoàng đứng trên đường đợi tôi một lúc rồi gọi tôi lên. Học hỏi:

- Con bé này có thích xem đá bóng không?

Tôi hất hàm xẵng giọng:

- Xưng mày tao quách đi, con bé con to cái gì.

- Tao lịch sự với phụ nữ nhưng mày không muốn thì thôi.

Tôi lại cười phá lên:

- Thôi tao muốn được bình đẳng như thằng Hoàng.

- Nhưng mà thằng Hoàng vừa bảo tao mày kém nó hai tuổi mà. Con này láo vãi.

- Kệ tao.

- Tao du mày xuống mương giờ.

- Mày du đi!

Nói thế mà thằng Học nó làm thật. Tay nó cầm vai tôi rồi đẩy ra bờ mương. Tôi sợ quá xin lỗi rồi rít nó mới tha. Khốn nạn quá. Lúc ấy Hoàng không ngăn còn đứng cười ha ha mới đáng chết chứ. Tôi tức nên đi trước không thèm nhìn mặt hai thằng chó í. Lúc sau thấy im im quay lại thì hai thằng đã mất dạng ở đâu. Rẽ chỗ nào mà không gọi tôi.

Tôi chạy vòng trở lại, từ chỗ mương đến chỗ tôi đứng lúc nãy chỉ có một nhà. Chắc Hoàng với Học vào đó rồi. Tôi đứng ngoài cổng ngôi nhà có giàn sắn dây xanh xanh ngó vào gọi nhỏ nhẹ:

- Hoàng ơi... Học ơi!!!!

Mới gọi được hai câu thì có hai con chó lông vàng chạy xổ ra. Tôi hốt quá hất tung rổ ổi rồi chạy mất dép. Vừa chạy vừa khóc thét. Làng quê gì mà nguy hiểm vãi đạn. Tên Hoàng chết giẫm giờ đang ở đâu? Tôi mà bị chó cắn thì hắn chết với tôi. Điền kinh được một đoạn thì nhớ lời bà Tám dặn, nếu bị một con chó không to lắm đuổi thì mình cứ đứng nghiêm, khi nào nó đến gần thì ngồi thụp xuống, tay vơ mấy hòn gạch đá gần đó. Chó sẽ sợ và dừng lại giữ thế thủ. Tôi giảm tốc độ rồi quay đầu lại, trợn mắt, ngồi thụp xuống rồi vơ một cây củi gần đó. Hai con chó dừng lại thật, đứng gầm gè chờ đợi tôi sơ hở để lao vào cắn. Lúc này mới thấy Hoàng, Học và một ông cụ chạy ra xua hai con chó về. Nước mắt tôi lúc này đã tuôn ra ướt má. Sợ gần chết luôn!

- Mày có bị cắn không? - Thằng Học đứng ngó ngó chân tôi.

- Cút! Tao đi về không chơi nữa.

- Ừ về đi!

- AAAAAAAAAAA!

Thằng chó con không biết dỗ con gái. Hoàng đứng xoay xoay người tôi một lúc, biết chắc tôi không bị thương gì mới an ủi tôi:

- Không sao, không sao. Tui xin lỗi nhỏ!

- Xin lỗi cái cóc khô, con bé làm đổ cả rổ ổi tao vặt kia kìa.

- Thằng chó! Tao suýt bị chó cắn vì mày đấy biết không? - Tôi gào lên với thằng Học.

- Sao lại tại tao? Tao có xui chó cắn mày đâu?

- Nhưng tao là người lạ, mày có trách nhiệm bảo vệ bọn tao chứ. Bà gửi gắm bọn tao cho mày rồi mà?

- Gửi với chả gắm! Ừ thôi được rồi. Giờ đi ra bãi đá bóng thôi. Cứ yên tâm núp vào đít tao.

- Cha màyyyyyyyyyyyyyy!

- Ha ha, núp sau lưng tao. Ha ha...

Tôi vừa đi vừa đấm Hoàng vì không đấm được thằng Học. Thằng này nó thẳng tính, đấm nó là nó vả lại ngay bất kể trai hay gái. Hoàng vừa cười vừa dỗ tôi cho tôi nín. Đoạn đường rẽ ra bãi bóng đá, tôi va phải mấy đứa con gái đang chơi kéo xe cải tiến. Vì chúng nó đi sai cộng với đúng lúc tôi tức nên tôi gào lên chửi mấy câu. Lúc ấy có ngờ đâu, chỉ vì một phút mất bình tĩnh mà sau đó tôi lãnh nguyên hậu quả khủng khiếp không bao giờ quên.

Chương 22

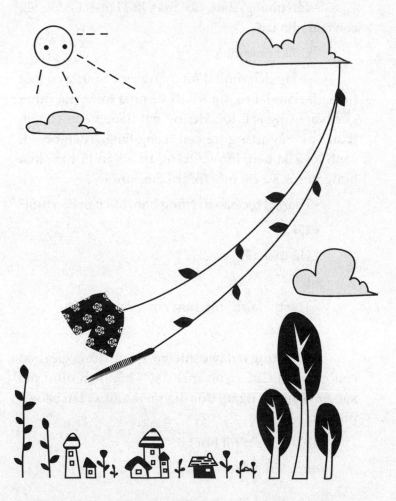

- Bây giờ thằng Hoàng cởi áo ra đá bóng với bọn tao. Còn con bé này thì đứng chỗ kia với bọn con gái cổ vũ nhé. Mà mày tên gì? Nãy quên đời nó mất không hỏi.

- Vi! Lê Hoàng Vi.

- Tên quái gì đâu. Gọi mày là Ti nhé! Giống tên con chó nhà tao.

- Đồ khốnnnnn!

Tôi lao đến định đấm thằng Học nhưng có một thằng bé cản lại rồi lôi tôi đi về phía khán giả đứng góc bãi. Đằng sau tôi, Hoàng bắt đầu cởi áo và làm thân với mấy thằng trẻ con trong làng. Thằng bé đi cạnh tôi khá béo, lùn và trắng trẻo hơn lũ bạn, mặt búng ra sữa và cái môi trề trề dưới mũi.

- Thằng Học bảo tớ trông bạn. Mà bạn bao tuổi?

- 17!

- Hả thật á?

- Ừ!

- Thế thì là chị rồi, hơn em mấy tuổi lận.

- Ừ!

- Chị đứng ở đây cạnh em, đừng đứng gần bọn con gái nhé! Chúng nó mất dạy khốn nạn mưu mô xảo quyệt thâm ngầm độc địa tồi tệ xấu xa tàn bạo vô nhân đạo lắm!

Tôi bật cười rồi hỏi lại:

- Em tên gì?

- Giới!

- Rất vui vì được làm quen với em!

Tôi cười rồi vòng tay bá vai thằng bé với tình cảm chân thành nhất. Thằng bé hơi choáng nhưng rồi cũng cười đáp trả, ngây ngô hết sức. Trận bóng diễn ra giữa 12 thằng trẻ con, mỗi đội 6 thằng, một bên mặc áo một bên cởi trần, có một cụ già làm trọng tài, chạy loanh quanh sân bắt lỗi tuýt còi. Tôi lần đầu tiên được xem một đội bóng sống trước mắt nên cổ vũ nhiệt tình, nhí nhởn bên phải bên trái trước sau, hô ầm trời. Thằng Giới thì cứ đứng sau tôi xua xua tay:

- Chị ơi, đứng vào đây! Đừng như thế! Chị ơi, đứng trong này, chị đang giẫm lên biên rồi...

Kệ nó, biên giới gì? Tôi dõi theo chân Hoàng để cổ vũ cậu ấy. Hoàng có vẻ không giỏi bóng đá lắm. Cứ dẫn bóng được vài giây là bị đội bạn cướp mất. Thằng Học có vẻ cay cú, định đấm mấy lần. Giữa trận, vì quá hăng nên tôi giẫm phải chân một đứa con gái đứng gần. Nó hét toáng lên rồi vồ lấy tôi ngay, chửi lấy chửi để:

- Con điên, mắt mày lác à?

Thấy con bé láo quá, tầm lớp 6 lớp 7 mà nói hỗn quá nên tôi cũng gào lại:

- Ờ, mắt tao lác đó, sao không?

- Con chó!

- Gâu gâu gâu!

Nghe tôi sủa nhại tiếng chó trêu ngươi, con bé mím môi mím lợi đi về phía đồng bọn, thì thì thầm thầm to nhỏ. Thằng Giới chạy ra ngay chỗ tôi dọa dẫm:

- Chị đừng dây vào con Huyền Cóc. Con này chuyên đi bóp cổ trẻ con. Nó như bị điên ấy.

- Chị chả sợ. Thích thì đánh nhau. Thằng Học chắc chắn sẽ bảo vệ chị.

- Ôi thằng Học sợ con này bỏ xừ. Con này chuyên mách lẻo với bố nó tội nó được 1 Toán. Với lại con này riêng khoản đánh nhau nó không ngán đâu. Nó nuôi móng tay đấy. Nó sẽ cào vào mặt chị. Mặt chị sẽ xước như thế này này.

Nói xong thằng Giới ngồi xuống kiếm viên gạch vỡ vẽ vẽ cho tôi cái mặt đầu lâu xương chéo. Đến lúc này tôi cũng thấy hốt hốt. Mình mới về đây, chưa hiểu địa hình, chưa hiểu tính người, làm liều cũng hơi kinh. Nhưng giờ ra xin lỗi thì nhỏ kia lại càng được thể vênh mặt.

- Thế thì em phải đứng cạnh chị đấy. Không được bỏ chị một mình.

- Em không chắc đâu đấy!

- Này, nhà vệ sinh ở đâu nhỉ?

- Ở đây làm gì có nhà vệ sinh. Vòng ra đằng sau bụi cây kia rồi đi xuống bờ mương.

Tôi ngó xung quanh rồi bảo thằng Giới đưa đi. Có lẽ do buổi trưa uống nhiều nước quá. Ven bãi đá bóng có mấy bụi dứa dại to, đi xuống 2 mét là thấy bờ mương rộng. Chắc chỗ này lũ trẻ hay tắm táp rửa chân mỗi khi chơi xong. Tôi vừa mới đặt chân xuống bờ mương, chưa kịp hành động gì thì đã thấy hai đứa con gái lạ mặt nhảy vù xuống theo. Phía trên thằng Giới la hét: "Chúng mày đột kích à? Chơi quái gì mà bẩn thế? Tao gọi cả lũ con trai ra đây đấy". Đứa con gái lúc nãy bị tôi giẫm chân ra lệnh: "Con Ốc Ngọ với Thu Đồng bịt mồm nó lại. Nó mà còn nói nữa thì gí đầu nó xuống mương". Tôi chưa kịp hiểu chuyện gì xảy ra thì hai đứa vừa nhảy xuống túm lấy tay bẻ ngoặt ra đằng sau, còn con bé tên Huyền Cóc thì xông đến bôi bôi cái nhựa gì đó vào cổ và tay tôi. Nó trét trét thật nhanh rồi hình như chưa thỏa mãn, nó làm lấn tới:

- Lột áo nó ra!

Tôi sợ quá nên gào khóc. Khốn nạn bỏ mẹ. Ai ngờ đâu bọn trẻ con chúng nó bạo lực đê tiện đến mức này.

- Ê mày ơi, con này nó còn mặc cả áo ti.

- Bỏ ra. Mẹ mày! Hoàng ơi!!!!!!!!!!!!!!!!!!!!!!!

Tôi lấy hết sức gạt tay con nhỏ đang bịt mồm tôi rồi gào thật to. Cũng từ lúc đó, cổ và tay tôi bắt đầu thấy ngứa rát do thứ nhựa con Huyền Cóc bôi vào bắt đầu ngấm. Tôi dùng chân đạp con bé lăn xuống mương, sau đó quay ra vật nhau với hai đứa còn lại.

- Lũ điên! Tao làm gì chúng mày mà lao vào đây đánh hội đồng, lũ bám đít!

- Tao thích đánh mày đấy. Ai bảo mày trắng hơn bọn tao.

- Bỏ tao ra!!!

Hai nhỏ cá mắm vẫn lao vào vật tôi thật lực. Người tôi lúc này nóng ran và ngứa kinh khủng. Tay thì bị khóa, gãi không được. Con Huyền Cóc bị tôi đạp xuống mương giờ lóp ngóp xông lên, tay vẫn cầm nhúm quả đẩy nhựa. Tôi gào tên Hoàng lên một lần nữa rồi định phó mặc cho số phận. Thằng Giới từ trên bãi lao xuống xô trúng người nhỏ Huyền làm nó rơi tõm xuống mương lần nữa. Thằng Học lúc này mới xuất hiện, nhìn nhỏ Huyền cười hô hố:

- Chết mày chưa con điên! Tủm một phát như cầu tõm luôn.

Hai con nhỏ đang vật tôi thấy thế yếu bèn buông tay lỏng ra nhưng vẫn đứng đó thách thức:

- Chúng mày hứa như thế nào rồi? Bọn tao không mách điểm của chúng mày thì chúng mày cũng không được xía vào chuyện của bọn tao.

- Mày câm ngay cái mồm thối đi. Thích thì mách. Hôm nay mẹ tao cóc có nhà.

Một thằng bé đứng cạnh thằng Giới nói câu đó xong lao đến đẩy cả hai con nhỏ kia xuống nước. Phía trên bãi, hai đứa Ốc Ngọ với Thu Đồng bịt mồm thằng Giới lúc nãy cũng nhảy xuống cãi cọ nhưng bọn con trai không dám làm gì cả. Dường như hai đứa nắm được điểm yếu của lũ con trai nên bọn này có phần e dè. Tôi ngứa quá, không rõ là bị bôi gì vào

224

người, nhưng càng gãi càng ngứa hơn, chỉ muốn xé thịt ra mà cào cào. Lúc Hoàng chạy về phía tôi thì nhỏ Huyền phi lên kéo tay tôi lao xuống mương, sau đó túm gáy tôi dìm đầu tôi xuống nước. Tôi sợ phát khiếp. Cảm giác như nhỏ này nhất quyết muốn giết tôi ngay. Thằng Học và Hoàng nhảy xuống tách hai đứa tôi ra. Thằng Học giơ quả đấm trước mặt nhỏ Huyền và dọa:

- Bố đấm thật đấy, đừng đùa!

- Đấm cóc khô. Tao không dìm nó thì bọn mày cũng phải dìm thôi thằng ngu!

Nói xong con bé nhảy lên bờ đi thẳng lên bãi. Tôi ngơ ngác nhìn theo. Rồi thằng Học đột nhiên túm cổ tôi và dìm người tôi xuống nước lạnh. Tôi vừa ôm chặt lấy tay Hoàng vừa khóc. Còn Hoàng thì ra sức kéo tôi lên. Thằng Học bị vướng víu quát ầm ĩ:

- Ơ thằng điên bỏ ra! Con đĩ Huyền nó bôi nhựa móc vào người con Vi rồi, không rửa đi thì ngứa đến mai.

Nghe thấy thế, tôi tự động ụp mình xuống nước, vã nước lên vai và mặt để rửa nhựa. Dù không biết quả móc là gì nhưng cơn ngứa đã khiến tôi tự hiểu ra độ nguy hiểm kinh khủng của nó. Hoàng ngồi thụp xuống nước giúp tôi, ánh mắt lộ rõ vẻ tội lỗi và lo lắng. Trời khá lạnh nên tôi run cầm cập. Mấy đứa trẻ chưa làm quen mỗi đứa cho tôi mượn một manh áo để quàng tạm tránh gió trên đường từ bãi về nhà.

Ngày đầu tiên về đây đã gây chuyện rồi rước họa vào thân, thật đen như chó mực, xui xẻo không để đâu cho hết.

- Đỡ chưa? - Một thằng bé khá đẹp trai hỏi tôi. Tôi gật đầu. Lũ trẻ đã tản ra vườn nhà bà chơi. Chỉ còn tôi, Hoàng, Học, Giới và thằng bé vừa hỏi.

- Mấy đứa nó tuy thích gây sự vậy thôi nhưng cũng không có xấu lắm đâu. Nó thích dọa người lạ để thị uy vậy đó.

Tôi vẫn im. Thị uy quái gì mà hành người ta như chó vậy. Vai với tay tôi vẫn còn hơi rát dù đã đắp lá nha đam bà trồng đầu bờ giếng. Bọn này tôi nhất định phải trả thù cái tội láo toét nhỏ mọn.

- Thằng này tên Đạo! Còn mấy thằng ngoài kia thì tí nữa để chúng nó tự giới thiệu.

- Ờ. - Tôi đáp lại cộc lốc.

- Tao nói thật nhé! Nhìn mặt mày là muốn đấm rồi. Không lạ khi bị bọn Huyền Cóc nó đánh đâu.

- Tao làm gì mày? - Tôi vênh mặt lên chửi thằng Học - Tao còn chưa hỏi tội mày đâu. Đồ học dốt!

- Tiên...

- Có sai quái đâu, chép bài cũng cóc xong. Chả hiểu mày chép bài của thằng Đạo kiểu gì mà nó được 10 còn mày được 1? - Thằng Giới chen vào nói.

- Tao có biết gì đâu. Nó viết thế nào thì tao chép vậy mà.

- Thằng chó, tao hiểu vì sao mày đúp lại lớp 7 hai năm mà vẫn không lên được lớp rồi. Tao viết ký hiệu âm vô cực với dương vô cực. Nó thấy số 8 nằm ngang, nó chép lại cứ dựng đứng hết lên. Thế thì chả được 1. - Thằng Đạo làm mặt cằn nhằn.

- Biết quái đâu!

- Biết cái đầu mày. Không lo học hành đi. Mà tao nghĩ giờ mày phải quay lại lớp 1!

- Chúng mày đừng xát muối vào vết thương. Mà nghĩ tao lại điên hôm kiểm tra Sử. Con chó Ốc Ngọ! Nó viết "nhân dân nổi dậy, cách mạng không thể thành công". Tao cũng chép y nguyên nó, không ngờ con đê tiện ấy cuối giờ nó mới giấu tao, soát lại bài viết và viết thêm thành: "nhân dân nổi dậy, cách mạng không thể không thành công". Chúng mày có thấy nó quá thủ đoạn không? Làm bố mắc bẫy một cách nhục nhã.

Tôi cười phá lên. Đi học với thằng bé này như một cơn ác mộng, lúc nào cũng nghĩ cách đối phó. Thằng Giới cứ đứng vân vê tà áo, mặt nghĩ suy gì đó. Hoàng ngồi thay lá nha đam cho tôi, cặm cặm cụi cụi đến đáng yêu. Tôi thấy đỡ đỡ rồi nên lại đòi đi chơi. Cả lũ trẻ lại rủ nhau ra vườn trạm điện ăn trộm ổi. Tôi chạy theo. Vừa đi tôi vừa nhẩm tên từng thằng mà Học giới thiệu, anh em họ Lực, Sỹ, anh em Biên, Giới, Huỳnh. Mỗi thằng có một vẻ riêng, thằng lầm lì, thằng hay nói, thằng thông minh, thằng ngây ngô.

Lần này đi chơi, Hoàng nắm chặt tay tôi, dặn dò tôi phải đi bên Hoàng không được tách ra để bị đánh như lúc nãy. Hoàng cốc cho tôi một cái vào trán vì tội vênh váo để bị dần mặt. Tôi nhăn mặt phụng phịu. Ở quê, từ chó đến con gái, ai cũng nguy hiểm. Cái số mình hình như sinh ra để bị bắt nạt, dù trốn đi đâu cũng không được yên.

- Vi có đói không? - Hoàng hỏi tôi.

- Không đói lắm! Cũng hơi hơi buồn mồm.

Hoàng móc túi đưa cho tôi một ít quả mâm xôi Hoàng đã hái từ bao giờ. Mâm xôi đỏ và nhỏ li ti. Tôi đưa tay hứng rồi bỏ vào miệng, vị mâm xôi chín nửa chát nửa ngọt. Tôi nhìn Hoảng nhoẻn cười.

- Ngon không?

- Ngon lắm!

- Còn đau không?

- Hết đau rùi!

- Ngoan! Nhớ là không được gây sự với lũ con gái nghe chưa? Tôi nghe nói con Huyền Cóc chuyên gia bóp cổ trẻ con đấy!

- Tôi phải trẻ con đâu.

- Nhỏ lớn với ma à!

- Xì...

Hoàng cốc cho tôi một cái nữa, rồi Hoàng im lặng nghĩ một lúc, tôi ăn hết đám mâm xôi thì Hoàng nói tiếp.

- Mà Vi hỗn thật! Kém tôi 2 tuổi mà cứ mày tao chí tớ hoài.

- Cứ thế! Lè lè!

- Gọi anh đi!

- Hêm gọi!

- Láo quá!

- Cứ thế! Lè lè!

Hoàng nhăn mũi rồi trêu tôi:

- Này! Nãy tôi có nghe thấy một đứa con gái hét là... là nhỏ mặc áo ti?

Tôi tiện tay đập cho Hoàng luôn một cái. Thô thiển quá đi mất. Hắn không sợ, thậm chí còn trêu tiếp:

- Thế cơ đấy. Còn mặc cả chíp cơ đấy.

- Đồ điên, im đi. Sao đằng ấy có thể nói ra những thứ đó được????

- Ha ha, tự nhiên tôi thấy hình ảnh nhỏ ngồi nhổ lông nách với hình ảnh cái áo chíp nó liên quan vãi cả ra. =))

Tôi bực quá bỏ đi trước, xốc lại ngực, vừa đi vừa lẩm bẩm chửi. Tên biến thái! Thằng Học quay đầu lại hóng hớt:

- Tao vừa nghe thấy cái gì mà nách niếc thế hả Hoàng?

Cả lũ cười ầm lên. Tôi thì đỏ mặt và thấy hơi giận. Trêu đùa kiểu gì kỳ cục vậy. Tôi không thích, chạy đi. Phía trước, vườn ổi của trạm điện cứ ngày một gần. Có mấy đứa con gái lúc nãy đánh nhau với tôi đang chơi gần đó. Tôi đi chậm lại đợi Hoàng và bọn con trai. Cả lũ trẻ vẫn cười. Tiếng cười vang vọng, mắc lơ lửng trên những ngọn tre xào xạc.

Chương 23

Trạm điện của xóm nằm trên một vùng đất cao hơn mặt bằng chung, bờ tường bao quanh cắm toàn mảnh sành nhọn hoắt chỉ lên trời. Lũ trẻ con xóm đã dùng gạch mài rồi nhổ bớt một góc tường để lấy chỗ leo trèo vào hái trộm ổi. Từng thằng một, thằng nào thằng nấy cũng nhảy thoăn thoắt như người nhện, tôi sợ không dám leo theo nên đứng ở ngoài bờ tường trông. Từ trong trạm, tiếng máy chạy cứ u u như vọng từ một miền tăm tối xa xôi vang tới làm tôi cảm thấy rùng mình.

Hoàng sợ lũ con gái chơi gần đấy làm hại tôi lần nữa nên đứng ngoài cùng tôi. Cậu ấy cúi xuống bứt cỏ gà cùng tôi chơi chọi gà. Đằng xa, mặt trời đang chuẩn bị đi ngủ.

- Vi có mệt lắm không?

- Ưm, không mệt lắm. Hoàng thì sao?

- Hoàng quen rồi nên cũng không mệt, sợ Vi không thở được không khí làng quê thôi.

- Thơm mà! - Tôi tít mắt cười.

- Lần đầu có người khen làng quê thơm đấy, thơm mùi cứt trâu à?

- Luyên thuyên. Không biết nữa, nhưng tôi thấy rất bình yên, cho dù mới bị tấn một trận sợ gần chết.

- Bọn trẻ con ở đây có trò bôi nhựa mắt mèo đó thôi, chứ chúng nó không dám đánh đâu. Gây thương tích là bị nhốt vào nhà kho hợp tác xã mà.

- Thật á? Vậy đi gây sự ngay, tôi muốn chúng nó bị nhốt vào nhà kho.

Nói xong tôi cầm nắm cỏ gà đi thẳng ra chỗ lũ con gái. Hoàng giật tay tôi lại, mặt vô cùng nghiêm túc:

- Nhỏ điên hả?

- Sao? Bị đánh riết quen rồi, không đau đâu.

- Thần kinh à? Nhỏ sinh ra là để gây sự hả? Hãy để tôi sống những ngày ở quê thật bình yên đi. Cuộc sống ở thành phố cạnh nhà nhỏ đã khiến tôi đủ chết rồi!

- Thật sao?

Tôi tiến đến đứng sát vào Hoàng, ngước mắt nhìn lên thẳng vào mắt Hoàng, còn cố hết sức làm cho nó có thể long lanh lóng lánh nữa chứ. Lê Hoàng Vi quả là một đứa con gái quá thủ đoạn.

- Có thật là sống cạnh tôi mệt mỏi lắm không? - Tôi nhấn mạnh từng chữ.

- Hở...

- Đúng không Hoàng?

- Ôi zời ơi, xê tôi ra đi, nhìn nhỏ sợ vãi.

Tôi che miệng cười, cứ mạnh mồm đi rồi khi đối mặt lại ngại ngùng trốn tránh. Tôi cúi xuống bãi cỏ nhặt một viên sỏi nhỏ ném xuống con dốc trước mặt và ngắm nó lăn lăn, trong lòng vu vơ nghĩ đến những niềm vui nỗi buồn đang chờ đợi những ngày tiếp theo. Mọi thứ đều đang ở phía trước, tương lai là một thế giới quá nhiều điều thú vị đáng chờ đợi.

Bất chợt muốn nghịch ngợm chút, tôi vơ vơ nắm sỏi quay lưng vứt vào trong trạm điện, miệng hét lớn: "Có người trong trạm, có người trong trạm!!!". Tức thì vài giây sau, từ chỗ góc bờ tường quen thuộc, từng đứa trẻ phi ra, thằng nào cũng bay vèo vèo như khinh công trong phim chưởng, vù một cái, vút một cái, tiếng chân nện xuống bãi cỏ thình thịch. Vừa tiếp đất cái là đứng phắt dậy chạy về phía tôi và Hoàng trong khi chúng tôi đứng cười rũ.

- Lũ khốn! Làm bố vứt bao nhiêu ổi trong í.

- Bọn điên! Tao còn đập cả đầu vào tường.

- Còn thằng nào không?

- Còn thằng Giới đang chùi đít. Vào kéo nó ra đi.

- Cái thằng! Đã yếu còn ra gió.

Bạn Huyền Cóc xinh đẹp của tôi đứng nhìn cả bọn con trai bằng ánh mắt khinh khỉnh rồi buông một câu rất ngọt:

- Đúng là một lũ điên!

Thằng Học nó sửng cổ lên ngay:

- Ê con chó kia, mày sủa cái gì đấy?

- Có mày là chó! Sao cứ há mồm ra là thấy thối thế?

- Mồm mày thì thơm?

- Về lấy đá kỳ răng đi! Nhé! Rồi hãy nói chuyện với tao.

Thằng Đạo gạt vai thằng Học rồi nói giọng an ủi:

- Thôi mày chấp con đấy làm gì. Nó bị đại mà.

- Quái sao nó cứ phải hầm hè bọn mình thế không biết. Nhìn nó là tao chỉ muốn úp cái bàn là vào mặt.

- Thôi ra sông chơi đi. Buộc trâu cả ngày ở đấy cũng tội.

Chúng tôi đi qua lũ con gái rồi rẽ đường khác, tôi đi chậm chậm để đợi thằng Giới, thấy nó lũn cũn chạy sau cùng, đưa cho mấy đứa con gái một túm ổi. Con Huyền Cóc không ăn nhưng mấy đứa khác thì thi nhau lấy. Lũ trẻ con thật lạ. Tôi để Hoàng đi trước, đứng đợi thằng Giới bắt kịp mọi người.

- Em làm cái gì thế hả?

- Cho con Ốc Ngọ mấy quả ổi chị ạ. Nó thích ăn ổi nhất đấy.

- Trưa nay nó mới nhét giẻ vào mồm em, em không nhớ à?

- Ừ nhỉ? Em quên.

- Em thích nó hở?

- Chị điên à?

- Nói chị nghe đi.

- Không!

Thằng bé cắm mặt chạy đi để trốn câu hỏi của tôi. Bọn quỷ này, mới nứt mắt ra đã yêu với đương, chẳng khác gì mình.

Tôi và Hoàng chơi cùng lũ trẻ bên bờ sông, nơi có bãi cỏ rộng và bắt đầu ngả màu nâu úa khi thu đến. Bãi cỏ này ngăn cách những cánh đồng xa xa bằng một đoạn đường đầy những hố phân lũ trẻ đào để bẫy bọn trẻ làng bên cạnh. Tôi và Hoàng vào được đến đây nhờ đi sát theo gót thằng Học, vậy mà Hoàng vẫn bị lạc bước và thụt xuống hố cứt trâu phải ra sông gột dép và quần.

Bọn trẻ con ngồi kể cho chúng tôi nghe về cuộc sống làng quê, đồng ruộng, về những trận tranh chấp dánh nhau với trẻ con làng bên, về bao trận đòn oan từ bố mẹ, về những tật xấu của đứa khác. Có nhiều thứ buồn cười nhưng cũng có nhiều câu chuyện buồn vu vơ. Tôi tự nhủ trong lòng mình rằng chẳng có đứa trẻ nào sống cuộc sống hạnh phúc hoàn hảo cả, ai cũng đều giống tôi và Hoàng mà thôi, có thứ được, có thứ mất.

- À, con bé Vi có học giỏi không? - Thằng Học quay sang hỏi Hoàng rất nghiêm túc.

- Ừ, giỏi. Sao thế?

- À, thằng Học định nhờ nó tìm thơ chứ gì? - Cả lũ trẻ nhao nhao lên phát biểu.

- Đúng rồi, hay là nhờ Vi đi, chứ bọn con gái chúng nó cóc bao giờ giúp mình đâu.

- Nhưng mà cái gì cơ?

Tôi ngơ ngác tìm câu trả lời, thằng Đạo giải thích:

- Sắp tới ngày Nhà giáo rồi, cuối tuần trước lớp tớ bốc thăm xem ai phải chuẩn bị tiết mục văn nghệ thì thằng Học trúng. Khổ cái thằng này không có tài gì, không biết hát, không biết đóng kịch. Chúng tớ định cho nó đọc thơ tặng thầy cô nhưng chưa tìm được bài nào. Cậu có giúp được không? Tối mai là phải diễn rồi.

- Thơ tặng thầy cô à? Ừ có tớ biết nhiều. Các cậu thích thể thơ gì?

- Cậu cậu tớ tớ nghe tởm vãi xoài, mày mày tao đi bố xem nào. - Thằng Học ấn mạnh vai tôi một cái đến nỗi tôi ngã sang bên, hai tay chống xuống đất sượt một đoạn rát bỏng.

- Thằng này, đã nhờ còn vả. - Hoàng tức lên đấy thằng Học. Cả lũ lao vào ngăn vì biết tính thằng Học nóng nảy.

- Thôi có gì đâu. Bài này có được không?

Tôi nhẩm nhẩm lại rồi đọc thử cho chúng nó nghe một bài:

Cây phượng già treo mùa hạ trên cao

Nơi bục giảng giọng thầy sao chợt thấp:

"Các con ráng... năm nay hè cuối cấp..."

Chút nghẹn ngào... bụi phấn vỡ lao xao.

Ngày hôm qua hay tự tháng năm nào

Con nao nức bước vào trường trung học

Thương cây lúa hóa thân từ hạt thóc

Thầy ươm mùa vàng, đất vọng đồng dao.

Mai thầy về, sân trường cũ nằm đau?

Hay nỗi nhớ lấp vùi theo cát bụi?

Dẫu cay đắng, dẫu trăm nghìn đau tủi

Nhọc nhằn nào thầy gửi lại ngày sau?

Mai thầy về, mùa gọi nắng lên cao

Vai áo bạc như màu trang vở cũ

Con muốn gọi sao lòng đau nghẹn ứ

Đã bao lần con ngỗ nghịch thầy ơi!

- Nghe sáo vãi. Tao thích thơ như thế này:

Học trò ngày nay quậy tới trời

10 thằng vô lớp 9 thằng chơi

3 thằng vô lớp 2 thằng ngủ

Còn lại thằng kia cũng gật gù.

- Mày câm mồm đi. Thế thì lớp mình được cái giải rút.

- Thế nó mới đúng thực tế lớp mình. Náo nức với chả ươm mầm!

- Bài thơ của Vi hay đấy, tối nay Vi chép cho tớ rồi bọn tớ bắt nó học thuộc nhé.

Tôi nhìn thằng Đạo gật đầu. Ngó thấy mặt thằng Học nhăn nhúm lại như cái giẻ lau đến là tội. Tối hôm ấy tôi xin bà giấy bút rồi chép cho lũ trẻ bài thơ tôi đọc lúc chiều. Những câu thơ về trường lớp cứ chạy theo tôi trong những giấc mơ.

***

Sáng hôm sau Hoàng dậy rất sớm. Tôi tỉnh giấc khi nghe thấy tiếng bổ củi phập phập. Bà nội ngồi nấu xôi, Hoàng lúi húi ở góc sân xếp củi vào góc hiên để bà dùng dần.

- Gái dậy rồi à? Thằng cu nó bảo bà đồ xôi bằng nồi cơm điện nhưng điện ở đây yếu, và bà thấy nấu bếp củi thơm hơn. Gỗ xoan từ năm trước còn chưa dùng hết.

- Dạ!

Tôi túm tóc buộc lên rồi ngồi xuống cạnh bà, ngả đầu vào gối bà. Bà vừa tiếp củi, trông lửa, vừa xoa đầu tôi, mân mê mãi cái chun buộc tóc của tôi.

- Gái nhỏ xinh đẹp quá! Cu Hoàng thật có phúc.

- Bà, con với Hoàng chẳng phải thế đâu mà. - Tôi đỏ mặt cười hì hì nhưng trong lòng có phần hí hửng.

- Trước kia mẹ thằng cu Hoàng cũng thường ngả vào bà như thế này. Thoắt qua thoắt lại mà đã từng ấy năm với bao nhiêu đổi khác.

- Bà ơi. Bà kể chuyện con nghe đi.

- Gái nhỏ nghe chuyện gì?

- Con thấy bố mẹ Hoàng hình như không sống cùng nhau.

- Ừ chúng nó bỏ nhau lâu rồi. Đó là khoảng thời gian đau lòng gái nhỏ ạ. Giờ nghĩ lại nhiều khi bà cũng rùng mình và tự nhủ, nếu phải sống những ngày tháng ấy chắc tuổi thọ của bà chỉ dừng ở mức năm mươi.

Ông nội của cu Hoàng, người chồng đã quá cố của bà, nghiêm khắc và dữ tính. Bà chỉ sinh được ba đứa thì mất một đứa cả. Cha thằng Hoàng là con thứ, còn một thằng nữa đang sống trong Nam.

Ông nội Hoàng rất gia trưởng, đúng kiểu đàn ông phong kiến thời xưa. Khi cha thằng Hoàng đến tuổi dựng vợ gả chồng, ông đã nhắm con gái một gia đình gia giáo trong làng cho con trai. Nhưng trong thời gian vào Sài Gòn thực tập, cha thằng bé lại si mê một cô gái khác. Bà là phận vợ, chẳng quyết được gì, nhưng do thằng bé sống chết đến mức tuyệt thực quỳ lạy trước cổng nên ông cũng nhắm mắt chấp thuận. Oan nghiệt cái là hai đứa nó lấy nhau đến gần mươi năm chẳng có lấy một mụn con. Đưa hai vợ chồng nó đi khám thì bác sĩ chẩn đoán chồng vô sinh.

- Nhưng rồi bác Ngọc vẫn có thai mà bà.

- Đó, chỉ sau ba tháng từ bệnh viện về, con nhỏ mang bầu. Bà thì không có suy nghĩ gì xấu vì bà sống cùng và hiểu tính con dâu. Nhưng ông nội thằng Hoàng thì khác, coi con bé như mầm họa của sự xấu xa bẩn thỉu, nhốt con bé vào buồng tối hai ngày, đánh đập bắt khai ra thằng nào là bố của đứa trẻ.

- Đánh đập hả bà?

- Ừ đánh đập hai ngày hai đêm. Đến sáng thứ ba thì con bé hộc máu nằm xoãi xác ra sàn. Lúc ấy bà mới lén lấy tiền thuê vài người thanh niên đến cứu nó ra đưa về nhà ngoại trả. Rồi thì cũng bặt tin từ đó. Cha thằng Hoàng thi thoảng cũng đi thăm, nhưng trong lòng chúng nó tình cảm có lẽ cũng nhạt dần. Bà nói nó nhổ tóc thằng con đi xét nghiệm xem huyết thống cho rõ, nhưng không hiểu nó có làm không. Bà hỏi tin tức của con bé thì biết nó bị chấn động nên mắc chứng tâm thần mất một thời gian đầu mang thai, cơ thể nó vẫn cứ đẻ được mẹ tròn con vuông. Nó vậy mà cũng mạnh mẽ.

Mà thai đôi cơ. Hai thằng nhỏ!

Tưởng thế là yên. Ai ngờ khi thằng con thứ của bà sinh hai con gái không được thằng quý tử nào, ông lão nhà này cho người đến bên ngoại nó cướp một đứa song sinh đem về, đi tàu hỏa giữa đường xuống bến ngơ ngác làm lạc mất cháu. Tội phận hẩm hiu, thằng bé đó giờ chẳng biết lưu lạc ở đâu. Mẹ nó thì mất con phát điên suốt hai năm trời, con không được bú sữa mẹ phải ăn nước gạo pha đường. Oan nghiệt quá con. Giờ thằng Hoàng mới còi cọc như vậy.

Tôi nắm chặt vào tay bà, nước mắt rơi từ bao giờ không biết.

- Ông lão sống được thêm một năm thì đột tử đêm mùng 2 Tết. Chắc là trời đất có số cả.

Tôi gục vào lòng bà ôm chặt. Trên đời này có biết bao nhiêu câu chuyện số phận, bi đát tới mức không giấy mực nào tả được, nhưng lần đầu tiên tôi được tận tai nghe kể câu chuyện của người tôi thương. Tôi ít ra một thời gian dài tuổi thơ được sống trong nhung lụa và yêu thương của bố mẹ, còn Hoàng thì không, một người cha vô tâm, một người mẹ thần kinh bất ổn, đằng sau sự sinh ra của cậu ấy là cả một tấn bi kịch đầy nước mắt. Bà kể câu chuyện ấy chỉ vẻn vẹn mấy lời, nhưng những nỗi đau suốt thời gian dài cứ hiện hình lên từng lời nói. Tôi sợ cuộc đời này, bởi tôi còn quá nhỏ, còn quá bé để hiểu được những đớn đau.

- Gái nhỏ đừng nghĩ nhiều, mọi thứ qua lâu lắm rồi. Giờ nhìn thằng cu mạnh mẽ đến nhường nào. Thoắt cái đã bổ cho bà một hiên củi.

- Bà ơi, bà cho con sống ở đây cả đời nhé? - Tôi ngước khuôn mặt đầy nước mắt lên nhìn bà nội, người đàn bà sống gần hết quãng đường đời của mình với những đau thương, đôi mắt đã hằn rõ những dấu chân chim và miệng thắm màu trầu cay, người bà tôi mới chỉ quen vỏn vẹn một ngày mà sao thấy thân quen đến thế.

- Gái còn phải đi rất nhiều nơi nữa, gái phải sống sung sướng hơn bà nhiều, bà sống ở thời khác gái nhỏ, gái nhỏ đừng tự chôn đời mình ở đây.

Bà nội làm tôi khóc nhiều hơn. Thời nào khác nhau hả bà? Ở nơi đâu con cũng thấy cô đơn và lạc lõng, người lớn không tranh đấu chức vị này thì giành giật tiền bạc kia. Ở đây với con nó là tất cả bình yên mà con chưa bao giờ được cảm nhận.

Hoàng đã làm xong việc của cậu ấy, chạy vào chơi với tôi và bà. Cậu ấy nhìn tôi và buông một câu lo lắng:

241

- Bà ơi Vi sao thế ạ?

- Không sao! Khóc nhè đòi nghe bà hát đấy! Bà hát hai đứa nghe nhé!

Bà nội vẫn lặng lẽ vuốt mái tóc tôi và cất lời chậm chậm: "Ghế đá công viên, dời ra đường phố... Người già co ro, chiều thiu thiu ngủ... Người già co ro, buồn nghe tiếng nổ... Em bé lõa lồ, khóc tuổi thơ đi."

Tôi chìm trong những suy nghĩ vởn vơ như làn khói bếp đang cuộn vòng bay lên trời cao. Bỗng trong lòng nhớ về mấy lời thơ đã từng đọc trong họa báo:

"Chỉ còn một cụ bà hát bài hát ấy thôi

Người chết mang các bài hát đi cả rồi

Thanh niên đâu cần bài hát cũ.

Một người hát nên lời ca buồn rũ

Nó không đủ sức chạy ra ngoài cửa

Nó phải tựa lưng vách nứa

Nó ngã vào bếp lửa

Nó hổn hển trong mắt tôi lệ ứa

Chuệnh choạng tôi dắt lời ca đi.

Tôi lần từng bậc cầu thang

Đến ngồi bên suối

Đầm mình trong bóng núi

Lời ca rơi từng giọt xuống hồn.

Lời ca làm bải hoải cả trăng non

Không biết cụ bà còn hát được bao nhiêu nữa?

Cụ bà hát phì phò tiếng thở

Ánh lửa đỏ lừ đôi tròng mắt mờ sương.

Ôi quê hương! Quê hương!

Còn một bài hát cũ."[1]

---

[1] Thơ Võ Sa Hà.

243

Chương 24

Tôi thích ăn xôi bà nội nấu, thơm và ngọt theo vị của riêng bà. Bà còn cẩn thận lấy lá chuối bọc cho tôi một đùm xôi to để giữa buổi mang ra đồng ăn cùng lũ trẻ. Những câu chuyện của bà sớm được xoa dịu bằng cái dịu dàng khi bà ngồi tỉ mẩn tết tóc cho tôi. Hoàng ngồi góc bếp, vừa cầm nắm xôi nhai nhóp nhép, vừa nhìn theo từng hành động của tay bà, đến khi bà tết xong cho tôi, hắn bảo:

- Cũng được!

Đáng ghét thật. Hoàng có kiểu nói làm mất hứng người khác kinh khủng. Ăn sáng xong, bà chuẩn bị đồ đi chùa còn tôi và Hoàng thay đồ ra bãi bóng. Chơi một ngày ở đây là hiểu chỉ nên mặc quần áo năng động và... dễ cởi @__@ Bẫy phân trâu phân bò khắp nơi, chỉ cần thụt xuống là thối chân mấy ngày.

Bọn trẻ đợi chúng tôi bằng việc chất một đống củi to và đào khoai về nướng. Tôi và Hoàng nghiễm nhiên là vật báu của cả lũ trong suốt những ngày chúng tôi về đây chơi. Sau này khi chia tay, tôi nhớ mãi câu nói của thằng Giới: "Chị và Hoàng là bài hát vui tươi trong cuộc sống nhàm chán chỉ có đi học, chăn bò, ăn đòn của lũ chúng em". Mà kỳ thực, lũ trẻ trao cho chúng tôi nhiều thứ hơn chúng nó tưởng tượng, những ngày tháng yên bình được quay về tuổi thơ tôi chẳng thể nào quên dù làm gì và đi đến đâu.

- Lâu vãi! Ăn có bữa sáng mà mân mê thế à. Bố định mang chăn màn vào cho chúng mày đấy.

Thằng Học ngoác mồm lên quát chúng tôi khi mới thấy bóng dáng tôi đi từ đầu bãi. Tôi nhăn nhó lại gần, đến chỗ nó thì nó giật luôn cái túi trên tay tôi rồi háo hức:

- Ôi xôi! Lại còn cả muối lạc. Ăn đi chúng mày!

Tôi giằng lại túi xôi vì thấy tay thằng Học bẩn quá. Mà ngó quanh thì thằng nào cũng vậy. Đành ngồi xuống cùng Hoàng véo xôi ra đút cho từng đứa. Thằng nào cũng ngoan ngoãn há mồm ra đón khi tay tôi đưa tới. Chụp cái ảnh này lại post lên mạng không khác gì khung cảnh thanh niên tình nguyện bón xôi cho trẻ tật nguyền.

Ăn sáng xong, trong lúc chờ khoai chín, tôi đưa cho thằng Đạo tờ giấy đã chép bài thơ chúng nó nhờ hôm qua. Tính thời gian thì chỉ còn ngày rưỡi để thằng Học học thuộc lòng và tập biểu diễn. Coi bộ thằng Học vẫn còn mơ hồ lắm, có lẽ chưa diễn văn nghệ bao giờ. Nhìn nó cầm tờ giấy đọc thơ mà như chó nhai rơm.

- Bây giờ mày đọc theo tao nhé! Đứng như thế này, rồi luyến láy nhé!

Cây phượng già treo mùa hạ trên cao

Nơi bục giảng giọng thầy sao chợt thấp:

"Các con ráng... năm nay hè cuối cấp..."

Chút nghẹn ngào... bụi phấn vỡ lao xao.

Nhìn thằng Đạo cứ như đang đọc điếu văn, mặt mày nghiêm trang ủ rũ như trưởng họ, luyến láy thơ như khóc tang. Cả lũ chúng tôi đứa nào đứa nấy mím miệng cười.

- Được chưa? Mày đọc đoạn tiếp theo đi Học.

Thằng Học gãi tai gãi cổ cầm tờ giấy rồi đọc một lèo nhanh thoắt như ma đuổi:

Ngày hôm qua hay tự tháng năm nào

Con nao nức bước vào trường trung học

Thương cây lúa hóa thân từ hạt thóc

Thầy ươm mùa vàng, đất vọng đồng dao.

- Mày đọc thơ mà như tiêu chảy thế Học. Tao chả nghe được chữ nào.

- Mày giỏi thì đi mà đọc.

Thằng Học hậm hực quẳng tờ giấy vào mặt thằng Biên rồi ngồi bệt xuống bới khoai. Tình hình này có vẻ không ổn. Diễn văn nghệ kiểu này, đã không có múa và nhạc minh họa, chỉ đọc thơ thôi đã trơ ra rồi, mà thằng Học lại còn đọc không nên giai điệu, nói ko ra chữ thì lớp nó không khác nào làm trò cười. Tôi hỏi thằng Đạo:

- Trường mày có cái đàn piano nào không?

- Piano là cái gì?

- À không, cái đàn organ, cái đàn dùng để học nhạc í, có các phím đen trắng í.

- À có chứ, thầy dạy nhạc có đấy, văn phòng Đoàn cũng có một cái.

- Ừ mày mượn nhé, tao sẽ chơi bài *"Khi tóc thầy bạc"* dạo đầu cho thằng Học, rồi nó đọc vào bài tao sẽ chơi đệm mấy hợp âm nhẹ nhẹ cho nó.

- Hợp âm là cái quái gì? - Thằng Học vừa thổi thổi củ khoai nướng mới móc trong đống than ra vừa trợn mắt hỏi.

- Mày không cần biết, giờ mày phải học thuộc lòng bài thơ này đi.

Bọn trẻ chúng tôi ngồi quây quần bên đống lửa, lần lượt cời khoai ra chia nhau ăn. Hoàng thì thủ thỉ hỏi tôi: "Nhỏ biết chơi đàn hả? Sao không nghe bao giờ?". Tôi nhe răng cười trả lời: "Ừ tôi biết chút ít đủ dùng". Hắn nhìn tôi rất hoang mang. Còn tôi thấy hơi ngượng nên mặt nóng ran lên.

Cả ngày hôm ấy của chúng tôi qua nhanh chóng, có lúc bực vì thằng Học ngu si mãi không thuộc được thơ, có lúc cười lăn lộn vì nó đọc nhầm sang cả bài *"Học trò ngày nay quậy tới trời"* của nó. Điều làm tôi choáng váng nhất là thằng Học có tài bủm rắm. Không biết ở nhà nó ăn cái quái quỷ gì mà đánh rắm thối um. Cũng chính vì tài bẩm sinh này mà nó trở thành con quỷ đáng sợ ám ảnh của lũ trẻ. Mỗi lần nó tức là lại úp tay sau mông và "tỉ" một phát, xong rồi đưa tay ra trước mặt một thằng và xòe ra như bông hoa, "hương thơm" quyến rũ từ đó bay ra khiến nạn nhân bất tỉnh nhân sự. À, nhắc đến từ "quyến rũ", tôi lại chợt nhớ ra thằng Biên hay bị bệnh nhớ nhầm từ, thi thoảng nó lại phọt ra được những câu rất ba chấm, chẳng hạn như: "Hôm qua bố tao xem thi người đẹp, nhìn mấy đứa hấp rũ vãi chấy" @_@. Tại sao nó có thể nhầm quyến rũ với hấp dẫn thành hấp rũ được??? Rồi còn "Xem *Gác kiếm* thích hai em nữ ma sát nhất". Vầng, ý bạn Biên là nữ sát thủ ạ! -_-

Để giúp cho thằng Biên thông minh hơn, thằng Học đã nghĩ ra cách úp túi ni lông vào mông rồi xịt rắm, sau đó túm lại cho căng và cầm bộp trước mặt thằng Biên. Chẳng biết có thông minh được hơn tí nào không mà thấy thằng Biên càng ngày phát ngôn càng loạn khi nó dám đứng lên phát biểu "Nông sản" nghĩa là "Người nông dân đi đẻ"!

***

Chiều hôm sau bà nội mượn cho chúng tôi cái xe đạp mifa để Hoàng đèo tôi xuống trường cấp 2 xem văn nghệ. Trường cách làng 4km, cái yên sau của xe mifa nhỏ và hẹp nên tôi đau mông kinh khủng, đi được 2km không chịu được phải xuống. Thằng Đạo bóc cái hộp bìa các tông đặt làm đệm rồi nó với thằng Biên khiêng tôi đặt lên đó. Êm thật! Tôi thích chí gác chân lên khung xe như trẻ con rồi vừa đi vừa hú.

Trường học nằm trên một vùng đất cao hơn đường cái, hình như trước kia mảnh đất này là đồi núi rồi được phạt đi để xây trường học. Tôi chạm trán bọn Huyền Cóc ngay ở cổng trường, chúng nó đang đứng ăn mì tôm trẻ em. Thấy vậy tôi cũng đòi Hoàng mua cho. Mì tôm vụn trộn lẫn muối đường bán theo gói, 1k một gói, ăn ngon khiếp. Rồi chợt nghĩ đến lũ bạn, tôi đưa tiền cho Hoàng mua hẳn 20 gói cho cả lũ đứng dưới gốc xà cừ nhai mì rôm rộp, quên phắt chuyện phải vào sớm để mượn đàn.

Buổi văn nghệ 7 giờ bắt đầu thì 5 giờ thằng Đạo mới ký mượn đàn cho tôi được. Chúng tôi mang ổ cắm điện đem sẵn từ nhà đi, dẫn dây cắm vòng ra sau bãi gửi xe giáo viên rồi đứng tập. Thằng Học hôm nay mặc áo trắng quần đen, cổ quàng khăn đỏ, sơ vin và đeo thắt lưng của bố nó. Nhìn cứ như tranh đả kích, chẳng cái nào ăn nhập với cái nào.

- Bây giờ mày đọc đi. Đọc rành rọt vào.

- Từ từ, tao dạo nhạc đã nhé! Lúc này mày lên sân khấu đi thong thả nhẹ nhàng như đang trầm ngâm sâu lắng, giống như học trò cũ về thăm trường và bồi hồi nhớ lại kỷ niệm dấu yêu. Hiểu không?

- Cóc hiểu! Cái trường này có quái gì mà nhớ?

- Thôi im. Tao chơi đến đoạn "Công cha nghĩa mẹ ơn thầy..." thì mày đọc luôn nghe chưa? Giọng trầm xuống nhẹ nhàng thôi.

Tôi bắt đầu chơi đàn, thằng Học lúng túng cầm tờ giấy lẩm nhẩm thơ, đến khi tôi vừa dạo đoạn nhạc cuối thì chậm lại để thằng Học hiểu ý bắt vào. Nó run run đọc khổ thơ đầu, mắt vẫn nhìn vào tờ giấy:

Cây phượng già treo mùa hạ trên cao

Nơi bục giảng giọng thầy sao chợt thấp:

"Các con ráng... năm nay hè cuối cấp..."

Chút nghẹn ngào... bụi phấn vỡ lao xao.

- Ok ổn ổn, tiếp đi!

Thằng bé được khen hào hứng đọc tiếp:

Ngày hôm qua hay tự tháng năm nào

Con nao nức bước vào trường trung học

Thương cây lúa hóa thân từ hạt thóc

Thầy ươm mùa vàng, đất vọng đồng dao.

Thế rồi nó đọc một lèo luôn cả bài làm tôi phải chơi đàn nhanh lên để bắt kịp nhịp. Bọn trẻ con cứ đứng giơ tay ra hiệu chậm lại. Nhìn chung thì mọi thứ đã ổn, chỉ lo thằng Học bỏ giấy ra có tự tin mà biểu diễn được không. Tiết mục của chúng tôi xếp thứ bảy, gần cuối nên chúng tôi còn tập được thêm mấy lần nữa. Con Huyền Cóc ngay thứ sáu, nó múa *"Mang cơm cho mẹ đi cày"*. Bọn thằng Học cứ đứng dưới chê bai: "Trông múa may gì mà như con bọ gậy, tao mà là mẹ tao hất cả rổ cơm vào mặt". Còn tôi cười khúc khích. Nó múa cũng đẹp mà! Lũ trẻ con vì ghét mà thấy cái gì cũng ngứa mắt.

Tiết mục của chúng tôi được giới thiệu. Cả hội trường vỗ tay ầm ĩ vì trong trường này ai cũng biết thằng Học chỉ giỏi phá phách, lần đầu tiên được xem nó diễn văn nghệ nên tò mò và phấn khích. Thằng Đạo với Biên khênh đàn ra để ở mé trái sân khấu cho tôi trước, thằng Học nắm tay tôi lên chào khán giả. Chúng tôi cúi chào mọi người dưới ánh đèn sân khấu, rồi tôi đi ra phía đàn, ngồi xuống hít thật sâu, gật đầu với Học và dạo nhạc vào. Vừa dạo tôi vừa ngó thằng Học. Nó run rẩy thấy rõ nhưng vẫn nhớ lời dặn phải bước đi khoan thai trên sân khấu để tạo cảm xúc cho người xem. Nhìn cái dáng lừng khừng của nó cố gắng làm dáng cho đúng mà tôi chỉ muốn phì cười. Bên dưới sân trường, khán giả cố nín lặng để xem màn trình diễn mong đợi. Hết đoạn nhạc dạo đầu thì tôi quay sang ra hiệu cho thằng Học, nó thấy thế đọc vội vàng:

Cây phượng già treo mùa hạ trên cao

Nơi bục giảng giọng thầy sao chợt thấp:

Đến đó thì nó dừng lại ngắc ngứ, tôi lo quá, đệm nhạc to lên để hướng khán giả, coi như là một đoạn lặng. Thế nhưng thằng Học bỗng nhiên thốt lên hai câu thơ lạc:

Học trò ngày nay quậy tới trời

10 thằng vô lớp 9 thằng chơi.

Tôi hoảng hồn quay sang, nói to lên để nhắc đoạn tiếp theo:

Ngày hôm qua hay tự tháng năm nào

Con nao nức bước vào trường trung học.

Thằng Học được cứu trợ vội vàng đọc theo:

Ngày hôm qua hay tự tháng năm nào

Con nao nức bước vào trường trung học

Ừm... Ờ...

3 thằng vô lớp 2 thằng ngủ

Còn lại thằng kia cũng gật gù.

Trời đất quỷ thần ơi!!!! Nó đang làm cái quỷ gì thế này. Bọn thằng Biên bắt đầu nhộn nhạo và hoảng hốt phía góc sân và hét lên cầu cứu tôi, tôi thì chơi đàn cũng lộn nhộn vì hoảng. Ban giám khảo ngồi hàng ghế đầu đang nhìn nhau không hiểu bài thơ này ý tứ thế nào còn khán giả thì bắt đầu vỗ tay cười ầm lên. Thằng Học lúng túng gãi đầu cố nặn ra đọc tiếp:

Mai thầy về, sân trường cũ nằm đau?

Hay nỗi nhớ lấp vùi theo cát bụi?

Dẫu cay đắng, dẫu trăm nghìn đau tủi

Có công mài sắt, có ngày... bong gân.

Mặt thằng Học thộn ra khiến khán giả nghĩ đó là kiểu biểu diễn phải lột tả tâm trạng như thế. Lại tiếp tục một tràng cười và vỗ tay ầm ĩ kèm theo hú hét. Quái lạ! "Có công mài sắt có ngày bong gân" ở đâu ra? Kiểu này thì không thể chơi *"Khi tóc thầy bạc"* nữa rồi, tôi chuyển sang chơi *"Từng nét chữ xinh xinh thẳng hàng, ngòi bút viết theo tay nhịp nhàng..."* cho nhộn. Thằng Học bắt đầu thấy hào hứng với những tràng vỗ tay nên lấy lại bình tĩnh tự tin:

Mai thầy về, mùa gọi nắng lên cao

Vai áo bạc như màu trang vở cũ

Con muốn gọi sao lòng đau nghẹn ứ

Đã bao lần con ngỗ nghịch thầy ơi!

Ôi đúng lời rồi, may quá, ổn rồi, tiếp đi.

Thầy xoa đầu rồi bất chợt mỉm cười

Lời thầy nói in sâu trong trí nhớ:

Ừm...

Đoạn lặng này của nó làm tôi nín thở cầu nguyện, rồi nó vọt nhanh ra hai câu tiếp:

Cá không ăn muối cá ươn

Con cãi cha mẹ, khôn hồn đi luôn.

Bỏ xừ, nó còn chỉ chỉ tay thẳng xuống phía dưới để miêu tả cảnh bố mẹ dạy con. Bọn thằng Đạo nhảy như choi choi ở góc sân. Kiểu này bị thầy cô cho kỷ luật là chắc. Tội phá hoại đêm văn nghệ truyền thống. Khán giả thì trái ngược, ôm nhau cười ngặt nghẽo phía dưới và đồng thanh hô to: "Học ơi nữa đi! Học ơi cố lên!". Tôi lúc này bùng nhùng đầu óc không thể nhớ ra được đoạn thơ tiếp theo để nhắc nó. Nhìn ra thấy nó đứng nghĩ mấy giây rồi lại đọc:

Nghe lời con gắng ôn bài

Thế nhưng giở sách thấy dài lại thôi.

Buồn buồn ngồi xé giấy chơi

Xé nhầm năm chục buồn ơi là buồn.

Trời ơi!!!!!!!!!!!! Tôi chết mất! Bao nhiêu công sức tập luyện đổ xuống sông xuống bể, đã không thành công lại còn thất bại thảm hại. Mồ hôi tôi đổ ra ướt hết tóc gáy. Mặt mày thầy cô thất kinh, tái xanh tái xám. Sân trường thì như ong vỡ tổ, cười nói hú hét cả một nhóm trai lẫn gái cầm hoa lao lên tặng thằng Học. Tôi ngồi bấm móng tay chẳng hiểu chuyện gì xảy ra đành chạy xuống chỗ lũ trẻ đang đợi. Hoàng đứng đón tôi rồi cười hô hố, hắn bảo tiết mục quá hay, chưa từng xem một tiết mục văn nghệ nào hay như thế. Thằng Đạo thì vừa khóc vừa cười, nửa hoảng hốt nửa bất ngờ vì không nghĩ thằng Học sẽ làm đến mức đó.

- Trường mình chưa bao giờ xảy ra chuyện này.

- Nhưng vui vãi. Ha ha =))

- Nhìn mặt thầy cô đến tội. Bác bảo vệ ổn định trật tự để tiết mục tiếp theo được biểu diễn cũng khổ.

- Thằng Học đọc thơ hay vãi!

Hoàng nắm tay nhìn tôi cười.

Chúng tôi chẳng được giải gì cả, thậm chí cô giáo chủ nhiệm lớp thằng Học còn tặng cho lời đe dọa ngày mai họp lớp chấn chỉnh thái độ học sinh. Trên đường về, cả lũ vừa nhìn mảnh trăng treo nghiêng trước mặt, vừa cười cười nói nói vang con đường bê tông giữa những cánh đồng bạt ngàn gió.

Thằng Học mặc kệ buổi diễn văn nghệ có thành công hay không, kệ xác mai phải viết kiểm điểm hay gì gì. Điều khiến nó hạnh phúc là gió xe đầy hoa cổ vũ mang về cho mẹ nó cắm.

Chương 25

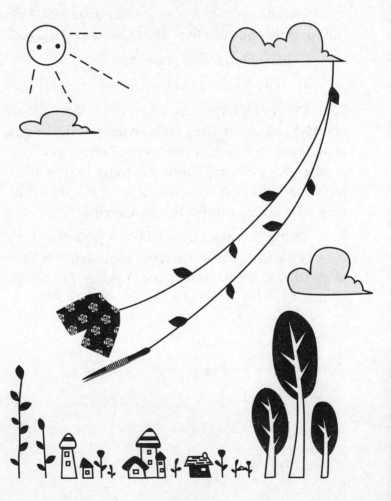

"Thằng Học nó bị đánh xoắn toi đít luôn!" - Lời thằng Đạo khiến cho gió đồng thổi thêm lạnh. Hoàng xoay xoay lọ dầu trong tay, cùng cả lũ ngồi chờ đợi.

- Vi, Hoàng, chúng mày thích ăn gì?

Lũ trẻ hỏi, tôi chỉ ra bãi ngô xa xa, rồi cả lũ đi gom củi, bẻ ngô nướng ăn đợi thằng Học ra.

- Thằng này thế nào mai đi học cũng phải đứng. Ông Oanh mà đã đánh thì không cả mặc được quần.

- Nhưng làm quái gì mà đánh nhi. Nó đọc thơ hay thế cơ mà?

Tôi dựa vào lưng Hoàng và nghe, nhìn từ phía đường bê tông xa xa, dáng thằng Học thất thểu ngày một gần. Vừa đi nó vừa xoa xoa mông, cái đầu nghiêng nghiêng, nửa thân trên oặt hẳn sang một bên khiến dáng hình nó liêu xiêu như cái cây đổ giữa cánh đồng.

Nó khóc!

Tôi há hốc mồm khi thấy thằng Học đổ cái huỵch vào lòng Hoàng rồi rưng rức. Ngay sau đó thằng Đạo, thằng Giới, thằng Biên, thằng Lực cũng sán lại gần vỗ vỗ vai. Tôi cười không nổi, khóc cũng không xong. Cái chun quần thằng Học bị tụt hở nửa mông, còn hằn đỏ vết đánh của đòn quấy cám.

- Con Huyền Cóc, cha con mách lẻo.

- Làm sao? Kể đi.

- Hôm qua văn nghệ nó đánh phấn son trông ghê chết bà, tao chỉ bảo "Nhìn mày như con ma điên", sáng nay họp phụ huynh học sinh cá biệt, nó dám chạy đến bảo bố tao là tao chửi nó "mắt ốc nhồi lồi mười mét, mặt đầy mụn nhọt, đúng là con nhà ông cóc bà góc", xong nó còn bảo tuần trước tao cầm côn đập nó tóe máu. Trong khi tao chỉ cầm thước đánh vào vai nó một cái. Con chó láo toét. Vụ này không xử khối thằng khinh. Cha nó, nó nghĩ tao hiền được thế làm càn. Chúng mày chờ đấy mà xem.

Thằng Sỹ đang gặm ngô cười phì bắn cả hạt ngô ra khỏi mũi. Tôi mở lọ dầu cho Hoàng rồi đi chỗ khác để mấy thằng con trai xoa mông cho nhau. Bãi cỏ tôi chơi gần đường cái to, bọn con gái chơi phía mãi trong, ngăn với lũ con trai một con mương rộng khoảng 80 phân. Thằng Giới bảo tôi từ lúc chúng nó bé tí thì đã tách ra làm hai phe như vậy, chẳng bên nào chơi với bên nào, chỉ thi thoảng ăn mãi một thứ cũng chán, con trai đào khoai bẻ ngô đổi cho con gái lấy hoa quả hoặc bỏng gạo đường để ăn. Có một vài lần vụ mùa được dư dả thêm nhiều tiền, đứa nào sinh đúng vụ thì may mắn được bố mẹ tổ chức sinh nhật cho. Đó là những lần hiếm có lũ trẻ ngồi quây quần nhau trên mấy mảnh chiếu ghép vào, ở giữa là la liệt kẹo bánh bưởi bòng, chúng nó cùng hát, cùng vỗ tay, thổi nến, ăn bánh gato và khoác vai nhau cười tươi để chụp ảnh. Những bức ảnh ấy mãi sau này khi lớn thêm vài tuổi, mỗi lần Hoàng đưa tôi về thăm bà nội, bọn trẻ lại cùng nhau lôi ra xem và cười phớ lớ khen chê đứa này đứa kia đen và xấu hơn xưa.

Tôi đánh liều bước sang lãnh địa của những "nữ ma sát" tay vẫn cầm bắp ngô nướng. Cảm giác bị bôi nhựa móc vào người rồi bị dìm xuống nước lạnh vẫn khiến tôi gai gai sợ sợ mấy đứa con gái. Con Huyền Cóc nhìn thấy tôi đứng phắt dậy luôn làm tôi dựng tóc gáy lùi lại. Nhưng em gái tên Ốc Ngọ Ốc Mùi gì đó của thằng Giới chạy ra hỏi tôi: "Định làm gì thế?". Tôi đưa luôn cái bắp nướng cho nó, bảo: "Giới gửi cho này" rồi quay lưng đi. Con bé chạy theo gí cho tôi gióng mía dài rồi bảo: "Gửi cho Giới". Chả nhẽ tôi lại vứt xừ đi chứ. Trẻ con ở đây sao nói trống không cục cần quá thể.

Tôi quay về bãi cỏ của lũ "nam cướp mương" [thực ra thì chúng nó tự xưng là cướp biển, nhưng ở chỗ khí ho cò gáy này thì lấy đâu ra biển mà làm màu]. Tôi quẳng gióng mía cho thằng Giới như quẳng mớ rau muống cho lợn rồi ngồi hỏi thăm thằng Học. Hoàng lo lắng quát tôi:

- Không chú ý một cái là nhỏ đã đi gây sự rồi. Nhỏ cướp mía của chúng nó hả?

- Đâu, mía này của đứa tóc tết gửi cho Giới.

Cả lũ ồ lên rồi lao vào đè thằng Giới. Gióng mía cũng bị cướp mất. Thằng Giới nhìn tôi cầu cứu, mặt lộ rõ vẻ đau đớn. Tôi đẩy mấy thằng quỷ ra rồi kéo Giới đứng dậy, gân mặt nạt bọn trẻ:

- Sao làm trò đó hoài vậy? Lỡ một cái là khỏi ăn.

Tôi nắm tay thằng Giới, nhặt gióng mía rồi hai chị em ra mương gấp thuyền lá chơi. Chỉ có thằng Giới là khiến tôi cảm thấy cuộc đời này rất phởn và đáng yêu. Tôi thích sự chân thành của thằng bé. Từ lúc biết gióng mía là của bạn Ốc, nó sung sướng và ăn ngon hơn hẳn.

***

...Hoàng giận tôi lắm. Tối về Hoàng để mặc tôi hì hụi nhóm củi, hắn ra vườn bón rau. Bà đi thăm họ hàng phải tối khuya mới về. Tôi muốn ăn cơm nấu bếp củi có cháy thơm thơm chứ không thích ăn cơm nồi điện. Nhóm mãi không được, tôi chạy ra hiên bếp quẳng nhành củi về phía Hoàng:

- Ê, nhóm giúp Vi cái bếp coi.

- Không, tự đi mà nhóm.

- Vi không có nhóm được.

- Bảo thằng Giới sang mà nhóm cho.

Xì, đàn ông lớn rồi mà nhỏ nhen tính toán với trẻ con. Tôi chạy ra kéo tay áo hắn nằn nì:

- Đi mà! Nỡ lòng nào để tôi đói?

- Hừm!

Hoàng quẳng cái gáo nước rồi phi vào bếp, từng nhát từng nhát giật cục tỏ rõ rằng ổng chẳng thiện chí gì, làm cho xong. Tôi ngồi thu lu nhìn đốm lửa nhỏ đỏ rực lan ra các nhành củi.

- Hoàng giỏi thiệt đó!

- Thôi đi!

- Vi chỉ quý thằng Giới như em trai thôi. Hoàng làm sao thế?

- Thằng đó nó hay ị đùn lắm đó nhỏ biết không?

260

- Ủa liên quan gì???

- Nói chung là từ mai nhỏ ở nhà không được ra đồng chơi nữa.

- Được thôi!

- Mà không được, nhỏ ở nhà tôi cũng chẳng yên tâm, tính nhỏ hậu đậu xui xẻo đi đến đâu chết trâu đến đó. Nhỏ được ra đồng chơi nhưng phải đi cạnh tôi không được gần gũi thằng nào. Nghe chưa?

Trời đất, tên độc tài ích kỷ. Tôi ngồi nấu cơm cùng Hoàng, Hoàng làm thịt rang tôm và rau muống luộc cho tôi ăn. Cậu ấy cẩn thận để phần thức ăn của bà lên chạn bát đậy kín lại rồi đơm cho tôi và cậu ấy mỗi đứa một cái bát tô đầy cơm lẫn thịt bê ra hiên ngồi. Tôi vừa ăn vừa ngửa mặt lên trời ngóng máy bay đi qua, ngắm những chấm nhỏ xanh đỏ lấp lánh li ti trên nền trời tối ù làm lòng tôi thoải mái. Tôi và Hoàng kể cho nhau nghe về tuổi thơ của hai đứa, về những kho báu hồi dăm bảy tuổi chúng tôi cất giấu cho riêng mình. Mọi thứ đó đã vô tình trôi về một phương trời nào xa lắc. Những khi nhớ về lại giật mình vì thấy mình đã lớn, đã đi quá xa tuổi thơ mà chẳng thể quay về một lần nữa.

Ở thành phố, có một nỗi đau đang chờ tôi trở về. Nhưng tôi mặc kệ. Nó thích chờ thì cứ ngồi đó mà chờ, tôi chưa muốn về đâu.

***

Thằng Học ráo riết lên kế hoạch trả thù Huyền cóc. Tôi e ngại thay cho nó, cứ đánh qua đánh lại, bất phân thắng bại, kết cục vẫn là bị người lớn đè ra quật toét đít. Như vậy vẫn chưa đủ à? Tôi nói nhưng nó chẳng thèm nghe. Thằng cà trớn cứng đầu.

Mới về quê được ba ngày mà chân tôi chồng chéo vết xước, của đá nhọn dưới mương, của gai, của hậu quả những cú vấp ngã bầm tím. Hoàng quát tôi suốt, đụng tí gì tổn hại đến tôi là hắn quát như tát nước vào mặt. Cục cằn thô lỗ không khác gì bọn "nữ ma sát" cả. Hôm nay là ngày đốt rạ ngoài đồng để chuẩn bị cho vụ lúa mới. Bọn trẻ cả trai cả gái đều phải tụ họp vào một bãi với nhau để làm cho xong việc. Thằng Học lộ rõ vẻ nguy hiểm, nó liếc mắt theo dõi con Huyền Cóc luôn luôn. Tôi vừa ngồi thu rạ vứt vào đống lửa đang cháy rừng rực, vừa để ý xem thằng Học nó làm gì, thậm chí tôi lo đến mức phải nháy Hoàng luôn theo sát nó để phòng trường hợp nó lỡ làm gì trót dại. Nhưng không được, thằng này rõ ràng đã có chủ ý từ trước, không màng đến kết cục thê thảm sau đó. Tôi chỉ kịp thấy nó cầm que củi đưa lên chân tóc con Huyền Cóc lúc hai đứa nó chạm trán nhau gần đống lửa. Tóc con Huyền dãi nắng nhiều nên khô cháy và xù như một bụi san hô dù đã được buộc cẩn thận. Lửa bén vào tóc khô làm XÒE một phát bén lên tận đỉnh đầu. Con Huyền vừa ôm đầu chạy vừa la hét làm người lớn cũng hốt hoảng chạy ra. Một mảng tóc cháy khét lẹt, thằng Học thấy khói vẫn bốc từ đầu bạn thì hoảng hốt vứt củi lao đến bê con Huyền chạy về phía mương, cả cánh tay khỏe khoắn của nó chống ngược người con Huyền lên gí đầu con bé xuống nước. Khổ thân con bé, nó hoảng đến mức không thể khóc. Vừa bị cháy tóc, vừa bị sặc nước, nhưng nhìn thấy thằng Học bị bác Oanh và một người đàn ông nữa lôi ra giữa đồng lấy đòn gánh đánh thì nó lại lẳng nhẳng chạy theo xin lỗi hộ, bảo do nó sơ ý chứ không phải tại thằng Học. Tôi không hiểu đầu con nhỏ nghĩ gì.

Hoàng bắt tôi đứng ra đống lửa vì sợ tôi bị cháy tóc. Tôi cũng lẳng lặng làm theo. Thằng Học đã trốn đi đâu đó mất dạng, chẳng thấy nó nữa. Tôi hộ các cô bác thu gom lại quang gánh và làm nốt mấy việc linh tinh rồi về ăn trưa.

Cả buổi chiều cũng không thấy thằng Học ló mặt ra, ở nhà không có, ở đồng cũng không. Con trâu nhà nó vẫn buộc cạnh đống rơm, bụng đói meo vì không ai dắt đi chăn. Thằng Học đi đâu được nhỉ? Tôi và Hoàng vòng ra bờ sông chỗ bọn con gái thường hay chơi ở đó buổi chiều, gửi con Ốc vài cái cặp tăm của tôi cho Huyền để nó cặp phần tóc lành lặn che đi phần tóc đã bị cháy. Vừa mới đi lên đường tôi đã bị Huyền cóc chạy theo chặn lại.

- Ê! Đưa đồ cho tao thì gặp tao mà đưa, sao cứ gửi gắm đứa lọ đứa chai vậy?

- Tao thích thế! Sao không? - Tôi vênh mặt lên trả lời, chỉ muốn đập vào mặt con nhỏ đang vênh vênh trước mặt.

- Cảm ơn! - Nhỏ Huyền nhỏ giọng lại. Hừm, ít ra cũng biết điều hơn tôi tưởng.

- Thằng Học nó trốn đâu mất tiêu luôn. Đằng ấy biết không?

- Không.

- Thế thôi, chào! Tránh ra tôi về.

- Ra nghè mà tìm!

Tôi và Hoàng nheo mắt nhìn lại, con nhỏ đã đi nhanh về phía lũ bạn dưới bãi cát. Buồn cười thật. Bọn này rõ ràng chẳng có thù oán gì sất, cũng chẳng ghét nhau, sao cứ hầm hè đánh nhau riết vậy? Hoàng nhéo nhéo cái tai trái của tôi rồi cười:

- Giống y nhỏ!

- Gì?

- Nhỏ cũng bướng và ngạnh lắm!

Tôi ngạnh lắm à?

Tôi và lũ trẻ nhìn thấy thằng Học nằm thu lu ở gốc đa trong nghè. Lúc tìm thấy nó vẫn đang ngáy ro ro như cái bễ thổi lửa. Thằng điên, để mọi người tìm thấy con mắt luôn. Nó ngồi dậy ủ ê hỏi chúng tôi có ai chửi nó không, tôi bảo không, nói điêu nó là chỉ tội con Huyền phải đi viện vì bỏng da đầu và tro tàn làm mù mắt. Thằng Học tin, đứng phắt dậy đánh CỘP đầu vào gốc tre. Nó sợ!

- Mày không tính trước được hậu quả sao mà dám đốt tóc nó?

- Ai biết? Nghĩ là chỉ bị cháy một tí không ngờ nó làm phát cả đầu.

- Đồ điên, con nhỏ cũng chẳng ghét gì mày đâu. Mày cứ gây sự với nó làm gì?

- Nó suốt ngày nói xấu tao.

- Thế? Chỉ có thế?

- ... Thực ra tao cũng cóc biết nữa. Cũng chẳng biết có phải là ghét không.

- Thế sao chúng mày gây chuyện với nhau mãi thế?

- Thằng Lực nhớ không? Hồi lớp 5 con Huyền Cóc cầm đòn gánh chọc mày lúc mày đứng đái ở dưới ngòi Máng í?

- Ờ phải, vì tao đái vào bụi hoa đọt hoa đẹt gì của nó, báo hại bố mẹ tao hớt hải khiêng tao đi viện khám.

- Nó còn ụp bao tải lên đầu tao đêm Trung thu sau đó khiêng quẳng tao vào nhà kho hợp tác xã nữa. - thằng Giới cũng đóng góp ý kiến.

- Nói chung con này xã hội không cải tạo được nữa rồi. Con điên nguy hiểm. Cả lũ con gái có ai ưa nó đâu, chơi vì sợ thôi.

- Thì bây giờ nó thành đứa đầu trọc mắt mù rồi, mày hài lòng chưa?

Thằng Học lại bưng mặt khóc tu tu. Cả lũ nín cười.

- Tao biết làm thế nào bây giờ? Không khéo cả làng bắt vạ ép tao sau này phải lấy nó làm vợ trả nợ. Tao không thể! Tao không thích nó, tao thích Thu rồi.

- Hả? - Thằng Đạo trợn ngược mắt.

- Thu là đứa nào? - Hoàng ngơ mặt hỏi.

- Con bé làng bên ấy mà, học cùng!

Bọn trẻ giải thích rồi lại xông vào đè nghiến thằng Học. Thằng ra sức hăng nhất là thằng Đạo, chả hiểu vì sao. Thằng Học vẫn lăn lóc khóc, nỗi đau của nó bây giờ không phải là bị bọn bạn bắt nạt, mà là sau này phải lấy con Huyền Cóc về làm vợ. Làm gì khủng khiếp vậy! Tôi lắc đầu đứng dậy, rủ Hoàng đi chỗ khác chơi. Hoàng và tôi cùng nhau gạt những cây dại, tìm những quả mâm xôi nhỏ li ti đỏ mọng để ăn. Tôi chạy nhảy chán cho đến khi chân mỏi nhừ và mồ hôi ướt lưng áo thì lại nằm lăn ra bãi cỏ, ngửa mặt lên bầu trời chiều xanh ngắt. Những ồn ào vội vã của cuộc sống, những chen lấn sặc mùi xăng xe của những đại lộ vào thành phố đã tồn tại ở một nơi rất xa trong tâm trí tôi.

Trong đầu tôi lúc này chỉ toàn làng quê, trâu bò, hố phân, và bọn trẻ. Những câu chuyện của chúng nó sinh động hơn bất cứ chương trình giải trí nào trên ti vi. Hoàng vặt được một đống mâm xôi, đi lại chỗ tôi và cũng ngả người nằm xuống. Những quả mâm xôi đỏ lăn từ tay cậu ấy sang bàn tay trái của tôi làm tôi giật mình quay sang.

- A! Nhiều quá!

- Ở phía đằng kia có một bụi to, chắc bọn trẻ không để ý.

Tôi thả vào miệng mình một quả, rồi với tay trước miệng Hoàng. Cậu ấy hơi rụt rè rồi cũng mở môi đón những quả mâm xôi trên ngón tay tôi. Môi cậu ấy chạm nhẹ vào tay tôi, nóng mềm và ươn ướt. Hình như gáy tôi đang nóng ran. Tôi vội vàng nhìn lên bầu trời để xua đi những cảm giác chộn rộn đó.

Hồi bé tôi đã từng mơ được bay lên bầu trời kia để xem trên đó có những gì, liệu có phải là thiên đường, có phải là nàng tiên giống những câu chuyện cổ đã kể. Lớn lên rồi mới biết cổ tích chỉ có trong sách vở. Những thực tế tôi phải đón nhận và trải qua tồi tệ hơn nhiều, phép mầu chẳng bao giờ thay đổi nó được. Tôi bắt đầu có những ước mơ thực tế hơn, con người ta luôn có nhiều ước vọng, nhưng trở thành hiện thực cũng không nhiều. Sau bao lần thất bại, tôi cứ tưởng mình đã tuyệt vọng và bế tắc tới mức không còn cảm giác quan tâm đến cuộc sống nữa, cứ tồn tại một cách vô định không ý nghĩa. Cuối cùng thì cũng không phải. 17 tuổi, tôi đang kiếm tìm điều gì? Tôi cũng không rõ. Mãi cho đến sau này khi lớn thêm nhiều tuổi, mỗi khi nhìn thấy hoàng hôn nhạt nhòa trước mặt, tôi lại mỉm cười, nhớ về những buổi chiều bình yên nằm giữa thảm cỏ ngắm bầu trời xanh ngắt, bên một chàng trai, mà không biết lúc này tôi đã yêu cậu ấy chưa.

Tôi đã yêu chưa nhỉ?

Có, hay không?

Hoàng hôn, vị thơm của những cánh đồng khiến tôi muốn ngủ một giấc thật dài.

- Vi này! Máy bay kìa!

Tôi nhìn theo hướng chỉ tay của Hoàng, một chấm nhỏ xíu xuất hiện giữa bầu trời trong trẻo.

- Hoàng kìa! Vi này!

- Hả?

Hoàng xoay hẳn đầu sang phía tôi, một tay tôi chỉ vào Hoàng, một tay tôi chỉ vào tôi. Tôi cười. Cậu ấy cũng cười. Cậu ấy đưa tay xoa xoa mái tóc tôi. Gió thổi nhẹ, trả lời cho tôi câu hỏi, tôi đã yêu, hay là chưa...

Chương 26

Những ngày yên bình ở làng quê cũng đến lúc phải kết thúc. Bà nội và lũ trẻ trao cho chúng tôi quá nhiều tình cảm mà tôi chẳng thể đáp lại được một phần. Tôi thương bà nội, thương đắng lòng những buổi chiều nhập nhoạng và ngồi khẽ hát bên bếp lửa, nỗi cô đơn bay theo làn khói bếp lên khoảng trời bao la vô định. Tôi thương lũ trẻ, ngây ngô và hồn nhiên vùng vẫy trong thế giới của đồng ruộng trâu bò. Trong cuộc đời chưa bao giờ tôi lại thấy mình muốn gắn bó với một nơi như thế này. Tôi và Hoàng không giúp mối quan hệ hai phe trai gái của lũ quỷ nhỏ này khá hơn tẹo nào, chúng nó vẫn mặc sức đứng về hai chiến tuyến và sẵn sàng oánh nhau mỗi khi va chạm. Có lẽ phải đợi đến khi mấy đứa trưởng thành hơn, nghĩ lại chắc sẽ buồn cười lắm.

Buổi sáng trở về thành phố, bà nội dậy sớm nấu cho chúng tôi gói xôi, rồi lần tay nắn từng đốt xương ngón tay hai đứa cháu. Lũ trẻ loi choi đứa dưới đường đứa ngồi trên bờ tường đợi để được chào tạm biệt hai đứa bạn thành phố.

Tôi để Hoàng chào cả lũ, chỉ vẫy riêng thằng Giới ra và tặng nó một cây bút bi màu tím.

- Chết em rồi, lúc nữa chị về chúng nó sẽ đè em ra rồi cướp bút.

- Em cài vào cạp quần đi, chưa thằng nào nhìn thấy đâu, rồi lát nữa chạy về nhà cất rồi hãy đi chơi. Cố gắng học tốt nhé.

- Em sẽ nhớ chị và Hoàng lắm. Chị và nó là vô vàn những điều lạ kì với cả lũ chúng em.

270

- Bọn chị cũng vậy.

- Em biết là sẽ chẳng gặp lại nhau được nữa, từ hôm qua đến giờ em nghĩ mãi. Em bị vài lần rồi, nhìn họ hàng nhà em là biết, đã lên thành phố là chẳng bao giờ về thăm quê đâu.

- Chị sẽ quay lại nhanh thôi, hứa đấy!

- Em có thể tặng bút cho con Ốc được không? Hôm qua cái bút của nó đã hết mực rồi.

- Ừ, mà em chịu khó ăn hồng xiêm nhé, chữa tiêu chảy tốt lắm đấy.

Rồi tôi gọi Hoàng để ra đường lớn nhanh kẻo lỡ xe. Ngày về vui và háo hức bao nhiêu thì ngày đi buồn ảm đạm bấy nhiêu, trời cũng muốn mưa mà không rơi nổi. Cả bọn tiễn chúng tôi một đoạn dài, bá vai bá cổ chúng tôi kể nốt những câu chuyện làng xóm. Cho đến tận lúc tôi và Hoàng gần ra tới đường lớn, quay lại về phía đầu làng, vẫn thấy mấy đứa đứng vẫy tay chào. Tôi cảm thấy trong lòng mình như có đá, chợt khóc! Lạ thật, tại sao tôi có thể khóc được bất cứ lúc nào vậy, và chẳng có lí do gì nữa.

- Sao Vi lại thế?

- Không có sao đâu.

- Nếu Vi muốn tôi sẽ đưa Vi về thường xuyên.

- Sao Hoàng biết tôi đang nghĩ gì à?

- Tôi không ngốc như Vi tưởng đâu.

- Ngốc hơn phải không?

- Ừ đấy, thì sao?

Hoàng lại nhéo má tôi, từ bao giờ cậu ấy đã tự cho mình cái đặc quyền ấy, tôi vội chạy theo cậu ấy và chọc: "Ừ, tuần sau về nhé, tuần sau nữa về nhé, tuần sau nữa nữa về nhé, nữa nữa nữa lại về nhé". Hoàng tranh cầm thêm đồ với tôi rồi giả vờ quát: "Về nhiều thế bà đuổi thẳng cổ đó bà!". Tôi cười cho đến khi lên xe, con đường đi ngược lại so với hành trình trở về nhà.

***

Tôi đón Ki về nhà, mấy bé mèo con để bên nhà Hoàng chăm. Bác Ngọc đi công tác liên tục và để lại cả tiền cho tôi nữa. Tôi bắt đầu tập tính toán sao cho phải sử dụng tiền ở mức tối thiểu nhất, lúc nào cũng kè kè cuốn sổ tay nho nhỏ ghi ghi chép chép xem hôm nay mua gì ăn gì.

- Mày đã tập làm vợ rồi đấy à? Ghê thật.

- Mày im đi!

Tôi đẩy Linh ra rồi cất sổ vào cặp. Cuộc sống lại quay lại vòng xoay của nó. Tôi tựa vào vai Linh mỗi giờ ra chơi để thấy mình vẫn còn một chỗ dựa. Tôi nghĩ về gia đình tôi, về gia đình Hoàng, về Hoàng, về Đái Bậy. Như sực nhớ ra điều gì, tôi nhắn tin cho Đái Bậy hỏi xem anh đang ở đâu và thông báo tôi đã trở về. Rồi cả ngày sau đó không thấy anh nhắn lại, tôi gọi thì thuê bao không liên lạc được, tôi đâm lo. Anh ở đây thế nào, làm gì, tâm trạng ra sao? Chuyện của anh và Củ Cải như thế nào? Liệu có tiến triển và có những dấu hiệu tươi sáng nào không?

Tối tôi về nhà Hoàng nấu cơm cho cả hai đứa, đầu vẫn thi thoảng nghĩ về bố mẹ, nghĩ đến Đái Bậy. Mẹ không hề nhắn tin cho tôi, và càng lúc tôi càng nhận ra một điều rõ rệt, tôi bị bỏ rơi. Điều đó chẳng thể chối cãi dù tôi có muốn hay không.

- Vi lại khóc đấy à?

- Sao Hoàng hỏi vậy?

- Tôi thấy mắt Vi đỏ.

- Không!

- Nè nhỏ, nhỏ dạo này có uống nhầm thuốc gì không?

- Gì cơ?

- Dạo này nhỏ hiền như Bụt, nhỏ có sao không đấy? Thấy trong người thế nào nói tôi nghe?

- Đồ điên, luyên tha luyên thuyên, nhặt rau đi chứ cứ để tôi làm một mình vậy?

- Đấy, cứ thế này này, suốt ngày im im lìm lìm sợ thấy bà luôn.

Tôi cầm cái chảo mà chỉ muốn đập cho Hoàng một cái. Đang nấu cơm thì nhà có khách, Hoàng ra mở cửa rồi trở vào, đi cùng là Hưng. Tôi nhìn Hưng như muốn hỏi "Ông vào đây làm gì?". Hắn nhìn lại tôi như muốn trả lời: "Nhà bạn tao tao vào".

Hưng ở lì nhà Hoàng cả ngày hôm sau. Tôi thấy cáu thằng cha này thế. Rõ vô duyên. Chẳng hiểu sao con Linh có thể thích được một người như thế. Vì Hưng ở đấy nên tôi chỉ sang nhà Hoàng nấu cơm, còn lại tôi về nhà, cố gắng học bù những bài giảng mấy hôm về quê Hoàng mà phải nghỉ để theo kịp bạn bè. Đái Bậy vẫn chưa liên lạc được, mẹ tôi cũng tắt máy. Những con người thân thuộc bỗng chốc như biến mất. Tôi cảm thấy cô đơn khủng khiếp cho dù đã tìm đủ mọi cách làm mình khá hơn. Đêm đêm, ngước mặt nhìn lên khoảng trời ngoài cửa sổ, tôi lại thở dài nghĩ về những ngày phía trước, mịt mù xám ngắt, liệu có phép màu kỳ diệu nào hóa giải màn đêm đen tối đang bao phủ quanh tôi không?

Bố Tùng đột ngột liên lạc với tôi sau những ngày im lìm. Tôi để mặc điện thoại rung không nghe. Bố Tùng bây giờ ngoài việc chửi rủa, hỏi xem mẹ ở đâu thì chẳng còn gì nói với tôi cả. Vì không thể đáp ứng được những gì bố muốn nên tốt nhất là không trả lời. Nhưng dù vậy trong lòng vẫn thấy nóng như lửa đốt và cảm thấy có chuyện chẳng lành. Tôi kể chuyện với Linh cho đỡ lo, Linh im lặng vỗ vỗ vai tôi giúp tôi vững tâm hơn.

Và chuyện chẳng lành đến thật, khi tôi vừa mới bước ra khỏi cổng trường, rẽ sang bên kia đường thì đột nhiên bố Tùng từ đâu tới kéo tôi dúi thẳng vào một chiếc xe bốn chỗ ngay cạnh đó. Tôi bị bất ngờ và hoảng hốt chẳng kịp định thần chuyện gì đang xảy ra, chân tay tôi cũng không hề vùng vẫy chỉ biết ngồi im, mở to mắt nhìn xem những ai đang ở cạnh mình. Chiếc xe bắt đầu chuyển bánh, một người đàn ông đầu trọc đang lái xe, một người ngồi ghế trước, tóc lòa xòa tôi không nhìn rõ.

- Bố?

- Ờ, tao đây, sao tao gọi mày không nghe?

- Bố đang làm cái gì vậy?

- Chẳng gì cả, mượn mày một ngày để tìm mẹ mày thôi.

Sau gáy tôi đau nhói, cảm giác đau trong lòng rồi nó phát cả ra cơ thể bên ngoài thật kinh khủng. Bố đang làm gì thế này? Và chuyện gì đang xảy ra với tôi? Tôi đã kịp tưởng tượng ra viễn cảnh bị nhốt trong một nhà kho tăm tối đầy bụi bặm và côn trùng, bị trói và lăn lóc trên đất bẩn đợi mẹ đến mới được buông tha. Mà không rõ nữa, cũng có thể bố quá căm tức và bị dồn vào đường cùng, bố sẽ đợi mẹ đến rồi giết cả hai mẹ con tôi trong cơn giận dữ hận thù. Hẳn là thế, có thể lắm chứ! Tôi ngồi tựa đầu nhìn ra ngoài cửa kính, từng vệt xe đi qua nhạt nhòa trong mắt.

Ai đang ngồi trên xe cũng đều im lặng, bố Tùng thì hết cuộc gọi này đến cuộc gọi khác, nghe qua câu chuyện cũng đoán được là bố đang bị siết nợ từ nhiều chỗ. Bố và tôi, hai con người với những nỗi khốn khổ riêng, chẳng ai giống ai.

"Hoàng ơi!"

Lúc này, người duy nhất tôi nghĩ đến là cậu ấy. Cậu ấy đang ở đâu và làm gì? Có biết rằng chỉ lát nữa thôi là chúng tôi sẽ chẳng bao giờ được gặp lại nhau?

Vừa nghĩ đến đó thì xe phanh và dừng đột ngột khiến tôi ngã dúi về đằng trước, trán đập mạnh vào lưng ghế lái xe. Vừa xoa trán tôi vừa nhìn ra ngoài. Phía trước đầu xe là một chiếc xe máy đỗ giữa đường, có thấp thoáng hai bóng người quen quen, bên lề đường có trạm thanh tra giao thông, từ trong trạm ba người mặc áo vàng đi về phía xe tôi. Chỉ chờ lúc chú công an ghé vào yêu cầu mở cửa xe để kiểm tra giấy tờ tôi vội vàng mở cửa và phi ra khỏi xe, chạy nhanh về phía trước.

Là Hoàng! Có cả Hưng nữa. Điện thoại tôi lúc này cũng rung bần bật trong túi nhưng chẳng còn sức lấy ra nghe. Hoàng đỡ lấy tôi, dìu tôi vào bên đường. Tôi ngả vào lòng cậu ấy, lòng đắng ngắt nhưng tim bình yên. Vẫn đủ sức nghe tiếng ông Hưng phân bua với cảnh sát giao thông:

- Em đã nói với các anh rồi, em không đi sai, cái ô tô này đi sai, đây, bằng lái đăng ký bảo hiểm em đầy đủ đây các anh xem đi.

Mấy người con trai nữa đi xe phân khối lớn dừng chỗ tôi và Hoàng đang ngồi, Linh nhảy từ một xe xuống đến mắng tôi xối xả:

- Sao tao gọi mà mày không nghe hả? Tao đã bảo tan học mày phải bám theo sát tao, tao đưa mày về cơ mà?

- Mày gọi Hưng đến đón bọn mình về đấy à?

- Ừ, mày kể chuyện với tao thế lo chết lên được. Anh Hoàng đỡ nó lên xe Hưng đi, anh đèo nó về nhé.

Tôi trèo lên xe Hoàng, hai đứa chúng tôi về trước để những người còn lại ở đó giải quyết nộp phạt với công an. Tôi đội mũ bảo hiểm, nhắn cho bố Tùng cái tin "Để con liên lạc với mẹ, xong gọi cho bố", rồi ôm lấy Hoàng. Hoàng đi với tốc độ vừa phải, một tay lái, một tay nắm chặt tay tôi đang đan vào nhau đặt trước bụng cậu ấy. Lúc này tôi không nghĩ được gì nhiều, mà thực tình người ta cũng chẳng nghĩ được gì ngoài việc vui mừng khi vừa mới từ cõi chết trở về. Hoàng không hỏi tôi gì hết, nhẹ nhàng xoa xoa lên tay tôi rồi lại nắm chặt. Tôi ôm siết hơn, cảm nhận những nhịp đập của trái tim, của những yêu thương đầu đời.

- Hoàng ơi!

- Vâng, tôi nghe nè Vi!

- Cảm ơn!

- Không có gì! Nhỏ ngủ đi, rồi khi nào về tôi cõng nhỏ lên phòng nghỉ cũng được.

- Cảm ơn!

- Nhắm mắt lại đi, đừng nghĩ gì cả.

Hoàng ơi, Hoàng biết không? Khi gục đầu vào vai Hoàng, khi ghé sát vào tai Hoàng, tôi chỉ muốn thầm thì rằng "Hoàng hãy ở bên em mãi nhé! Em chẳng cần đi đâu, đến nơi nào cao xa quá làm gì, chỉ cần nơi nào có anh, những nỗi đau sẽ không còn là gì nữa".

Càng ngày tôi càng nhận ra một điều rất rõ rệt, tôi yêu Hoàng!

...

Không biết đã thiếp đi bao lâu, khi tỉnh dậy tôi thấy người bớt uể oải đi rất nhiều. Linh sốt sắng hỏi tôi có đói không, đau chỗ nào không. Bên cạnh Linh và Hưng, tôi cố tìm một gương mặt quen thuộc khác nữa nhưng không thấy.

- Tìm ai? Đang nấu cháo dưới bếp!

Hưng buông một câu cụt lủn chẳng chủ ngữ. Tôi cười đáp lại. Linh đỡ tôi ngồi dậy và lại sốt sắng hỏi han cứ như tôi vừa mới trải qua ca cấp cứu thập tử nhất sinh. Không hiểu vì sao mọi người lại đưa tôi về nhà Linh, từ hôm qua tới giờ vừa hoảng sợ vừa mệt nên tôi cứ mê man không tỉnh táo để nhận biết được mọi thứ xung quanh.

- Chuyện hôm qua là sao vậy?

- Tao có linh cảm không lành nên bảo anh Hưng đến đón bọn mình, ai ngờ vừa ra cổng trường đã thấy ông Hưng ông Hoàng hốt hoảng nói mày bị bịt mồm quẳng lên xe đưa đi rồi. Mày làm tao sợ quá đấy.

- Bố chẳng làm gì tao đâu, chỉ để dọa mẹ tao thôi.

- Ai mà biết được, cuộc đời bao nhiêu bất trắc mà.

Câu nói cuối cùng là của Hoàng, anh bưng cháo lên đặt cạnh bàn rồi ngồi xuống cầm thìa quấy cháo thổi nguội. Linh và Hưng cũng biết ý đi ra ngoài cho chúng tôi đỡ ngại. Hoàng cứ chăm chú làm việc của anh ấy, tôi chỉ biết ngồi nhìn.

- Vi khỏe hơn chưa?

- Khỏe Hoàng ạ!

- Ừ tốt rồi!

Cả hai lại im lặng, Hoàng lại ngồi thổi cháo, tôi ngồi nhìn.

"Nếu em nói hết ra những bí mật ẩn sâu trong trái tim và tâm hồn em, thì liệu rằng anh có ôm em vào lòng? Hay anh sẽ đẩy em ra xa?"

Tôi chợt có cảm giác như mình đang yêu đơn phương một người. Bởi chẳng thể định hình rõ tình cảm của Hoàng, anh ấy chưa hề chính thức nói với tôi anh ấy nghĩ về tôi như thế nào, hoặc một câu nói mang dấu hiệu anh ấy muốn gắn bó và bắt đầu một mối quan hệ nghiêm túc lâu dài với tôi ra sao, tất cả vẫn chỉ là những lời trêu đùa, buột miệng. Phải chăng chính anh ấy cũng cảm thấy tình cảm trong tim anh ấy chưa đủ để gọi là một tình yêu? Vậy là tình cảm chỉ từ phía tôi mà thôi. Tôi bỗng buồn!

Nhưng tại sao Hoàng lại quan tâm tới tôi nhiều đến vậy? Trong khi tôi đã làm bao nhiêu trò quậy phá khiến anh tái xanh mặt mũi. Tôi cũng chưa làm gì được cho anh cả, trong khi anh đã giúp đỡ và chăm sóc tôi rất nhiều. Sao lúc nào tôi cũng chỉ là một con bé vô dụng khiến người khác phải lo lắng thế này.

- Vi ăn cháo đi này!

- Không!

- Ơ sao đấy?

- Chả sao.

- Nè, mới ngủ một giấc mà đã lên cơn điên ngay được. Sao nhỏ cứ thoắt thay thoắt đổi như con tắc kè thế?

- Kệ xác tôi!

- Ô!

Tôi cãi nhau với Hoàng um tỏi một lúc thì Linh và Hưng phi vào can.

- Cái gì thế cái gì thế? Nhà tao không phải cái lò mổ nhé!

- Em lấy cho anh cái phễu rồi đè Vi ra, anh đổ cháo vào mồm nhỏ.

Tôi vừa cười vừa vờ chống cự lại Hoàng, căn phòng của Linh đầy ắp những tiếng cười, tiếng quát, tiếng thì thầm trò chuyện, cả tiếng gió vi vu ngoài khung cửa sổ, đẩy những chiếc lá cuối thu bay trên mặt đường.

***

Khoảng thời gian ngắn sau đó tôi ở nhờ nhà Linh, Ki gửi sang nhà Hoàng chăm, lũ mèo chúng tôi đã tìm được chủ cho chúng nó. Tôi và Linh xin đi làm thêm cho quán Café for Teen, mức lương part-time đủ để tôi trang trải cuộc sống một mình, thời gian làm việc cũng giúp tôi quên đi mọi buồn phiền luôn chiếm hữu trong lòng.

Đái Bậy vẫn mất tích.

Liên lạc với mẹ còn khó hơn trên trời.

Bố Tùng có lẽ đang khổ sở sống những ngày chui lủi trốn nợ.

Những sợi dây liên hệ quanh tôi cứ liên tục đứt rời từng đoạn một.

Chỉ còn Hoàng! Dù không còn được ở cạnh nhau nhưng anh ấy vẫn quan tâm tới tôi theo cách của anh ấy. Anh ấy cố gắng dò hỏi Linh xem tôi thích ăn gì, muốn cái gì, vẫn thường rán bánh bột mì trứng mang sang nhà Linh chúng tôi cùng ăn vào cuối tuần.

Trong trái tim tôi, có thứ gì đó khẽ tách hạt nảy mầm rồi dần dần lớn lên từng ngày.

Tôi vẫn chưa chính thức nói với Hoàng tôi gì gì với Hoàng.

Hoàng cũng vẫn chưa chính thức nói với tôi Hoàng gì gì với tôi.

Chúng tôi vẫn chưa chính thức là gì gì đó của nhau.

Vẫn chỉ là một mối quan hệ, thân thiết hơn người lạ, gần gũi hơn bạn bè, một mối quan hệ vẫn chưa thể gọi thành tên.

Tôi chỉ biết cuối tuần nào của tôi, vị của từng miếng bánh bột mì trứng cứ ngọt lịm đến tận mấy ngày sau. Và đêm đêm, những tin nhắn "Ụt ụt, lợn Vi đã ngủ chưa?" khiến tôi bật cười khúc khích cả trong giấc ngủ.

Chương 27

- Vi hâm! Dạo này là hay mất tập trung trong giờ học lắm đấy nhé!

- Lè lè!

- Liên quan gì tới Nhật?

- Liên quan chứ, Vi mà học kém, điểm thấp, tổ mình sẽ bị khiển trách.

- Lí do hay thật nhờ.

- Đúng đấy, đừng để ai đó bắt mất hồn tới mức ngẩn ngơ nghe chưa?

- A! Vi nhờ Nhật chuyện này được không?

- Chuyện gì?

- Vi muốn mua một chiếc đồng hồ nam, tối Nhật đi cùng Vi nha.

- Cho bố?

- Không, tầm tuổi mình nè.

- À, cho người bắt hồn hả?

- Linh tinh, đi học đi!

- He he!

Tháng lương đi làm thêm đầu tiên, tôi dành một nửa để mua cho Hoàng một món quà nhỏ. Coi như một lời cảm ơn khoảng thời gian anh đã chăm sóc lo lắng cho tôi vô điều kiện. Hay là dùng để làm quà tỏ tình luôn nhỉ? Nói với Hoàng đối với em anh như thế này thế kia. Mà như thế này thế kia là sao? À, hay bảo anh giống như cái bia đỡ đạn, cứu em những tình huống nước sôi lửa bỏng, sống chết cận kề. Tỏ tình kiểu thế chắc Hoàng chạy mất dép.

Buổi tối Nhật đón tôi tới xem đồng hồ ở một shop gần Chùa Bộc. Nhật cùng tôi tới gian hàng vừa tiền nhất để tôi chọn. Chưa đi mua quà cho con trai bao giờ nên tôi lúng túng. Nhật chỉ cho tôi mấy mẫu cậu ấy ưng, chỉ cái nào tôi liền xin mượn cái đó để đeo vào tay Nhật thử xem có đẹp không. Loay hoay mất một hồi mới chọn được một chiếc ưng ý và nhờ nhân viên bán hàng gói vào hộp cẩn thận. Lúc ra về tôi chợt nhìn thấy Hoàng đang đứng ở gian hàng đồng hồ nữ cách đó một đoạn. Chẳng hiểu sao lúc ấy tôi sững sờ nhìn, Hoàng cũng đứng trân trân một chỗ nhìn tôi, khuôn mặt không biểu lộ cảm xúc, bác Ngọc đang mải chọn đồng hồ ngay cạnh chỗ Hoàng đứng. Shop đông người nên Nhật cứ vô tư cầm tay tôi dẫn ra cửa để về, tôi thì bước theo quán tính, tôi và Hoàng chỉ kịp nhìn nhau vài giây rồi khuất bóng.

Trên đường về tôi cứ suy nghĩ vẩn vơ mãi, mấy lần Nhật hỏi tôi có muốn đi uống gì đó trước khi về không tôi cứ ậm ừ từ chối. Cuối cùng cậu ấy phải đưa tôi về nhà mà chẳng hiểu lí do vì sao tôi bỗng thất thần như thế.

Đêm ấy Hoàng không còn nhắn "Ụt ụt" cho tôi nữa, tôi nhắn tin hỏi Hoàng lúc nãy đi đâu Hoàng cũng không nhắn lại. Lòng tôi như lửa đốt, không định hình rõ là thứ cảm xúc gì. Nói Hoàng giận tôi cũng không thể, vì tôi có làm gì sai khiến Hoàng giận đâu? Tôi nằm trằn trọc mãi khiến Linh cũng chẳng ngủ được, nó đạp tôi liên tục và quát tôi đi ngủ. Tôi nằm hướng mắt ra cửa sổ, ngắm những vệt bóng lá cây đung đưa ngoài đó, rồi thiếp đi lúc nào không biết.

Ngày hôm sau, Đái Bậy xuất hiện. Anh gọi cho tôi lúc tan học và gần như hét trong điện thoại:

- Ê điên? Giờ em ở đâu thế? Anh không thấy em về nhà là sao? Em còn đi học không?

- Trong mắt anh em là con bê tha thế à? Bỏ nhà bỏ cả học à?

- Ô thế chưa tới mức đấy sao? Ra cổng trường đi anh đợi.

Tôi chen giữa dòng người để chạy nhanh hơn. Đái Bậy ở đó thật, vẫn chiếc Min quen thuộc, tóc anh dài tới mức có thể cặp hoặc buộc lên được, áo phông quần jean. Trời đất, không biết anh từ đâu chui ra mà lại đi tổ ong đến đây.

- Anh trở về từ trại tị nạn đấy à? Biên giới thế nào rồi?

- Em vẫn ngoa ngoắt như thế nhỉ. Có điều xinh hơn trước thôi.

- Có chuyện gì không?

- Cho anh 5 nghìn!

Tôi cầm túi giơ tay lên đập vào đầu Đái Bậy. Cà trớn!

- Em đùa với anh đấy à?

Đái Bậy đỡ lấy rồi cầm tay tôi giữ lại, mặt anh bỗng nhiên nghiêm túc:

- Anh buồn quá!

Tôi lặng đi:

- Sao vậy? Nhìn anh là em biết anh không ổn mà! Nói đi, dạo này anh ra sao?

Huy không trả lời, anh cứ nắm chặt lấy cổ tay tôi rồi nhìn tôi chằm chằm.

- Chẳng sao! Mọi thứ cũng đến lúc kết thúc rồi.

Tôi không nói được gì cả. Tình yêu thì chỉ có hai kết quả, không phải hạnh phúc thì là chia ly thôi mà. Tôi định đập cho tên ngốc này một cái nữa thì Linh tới.

- Lại là anh à Đái Đường?

- Ê em, tôi là Đái Bậy nhé!

- Khác nhau à?

- Đái Bậy là chỗ nào anh cũng xử được chứ không chỉ riêng lề đường, Ok?

- Như nhau cả. Tôi chỉ cần biết cứ nhìn thấy anh là lòng thấy không lành.

- Vụn vỡ chỗ nào? Mang anh dán lại cho.

- Vi, Hoàng hình như đợi em lâu lắm rồi đấy!

Tôi giật mình gỡ tay Huy ra và nhìn sang bên kia đường, cũng là lúc Hoàng phóng xe đi. Tôi lục túi tìm điện thoại để gọi Hoàng thì Huy ngăn tôi lại.

- Bỏ qua đi, anh có chuyện muốn nói với em!

- Nhưng mà...

- Về bố em ấy!

Tôi tròn mắt nhìn Huy, chuyện gì về bố tôi cơ? Huy mới chạm trán với bố tôi một lần ở nhà tôi thôi, có liên quan gì vậy?

- Hôm qua anh có nhìn thấy bố em đến nhà anh đấy!

- Cái gì cơ?

- Hình như bố em nợ tiền ông anh anh thì phải, nghe qua qua là làm ăn rồi phá sản gì đó, giờ giấy tờ nhà không có nên không thể cầm cố cái gì trả nợ được.

- Anh trai anh? Cái ông xăm trổ em gặp ở BigC lần trước à?

- Uh! Nhưng mà nhà em làm sao? Bị bọn khác cầm giấy tờ rồi à?

- Chuyện giấy tờ em sẽ lo, anh có bảo anh anh thư thư cho bố em chút thời gian được không?

- Được. Nhưng mà gia đình em sao thế? Mới xa em ít bữa mà anh thấy nhiều thứ rối beng lên hết là sao? Thế em đang ở đâu?

- Ở nhà tôi! - Linh chen vào.

- Ở nhà con nhỏ này em có an toàn không? - Huy thì thầm.

Ngay lập tức Linh cầm chai nước đập beng beng vào đầu Huy.

- Nhà tôi là hang hùm hả? Anh mà bảo vệ được nó thì rước nó về đi!

Huy vừa xoa đầu vừa nhăn nhó nhìn Linh. Tôi đứng đần người, đầu suy tính đủ thứ. Phải làm sao để giúp bố? Tìm mẹ! Phải làm sao để tìm mẹ? Điện thoại thì không thể liên lạc được. Mà mẹ tôi cũng tài thật, không hề ở ê xem con gái mình sống chết ra làm sao, mải mê chạy theo hạnh phúc của riêng mình. Tôi đến mức chai lì khi nghĩ về sự bất hạnh số phận dành tặng tôi.

Tôi lại nghĩ về Hoàng để xua đi mọi buồn phiền, nhưng mọi thứ cũng chẳng khá hơn. Tôi đã làm gì khiến Hoàng bỗng lạnh lùng với tôi vậy nhỉ? Mệt mỏi! Tại sao những rắc rối phiền nhiễu cứ luôn thi nhau ập đến đè nặng lên tôi và làm tôi chán nản cuộc sống này đến vậy?

- Hai đứa ăn chè không? - Đái Bậy tìm cách phá tan bầu không khí nặng nề khi tôi cứ im lìm đứng đấy.

- Có! - Linh nhanh nhảu đáp lời.

- Ừ thì về thôi, trên đường về có quán chè nào thì anh mua cho, nhé, Ăn Tạp?

- Cái gì? Đồ Đái Đường!

- Tôi đã bảo với em tôi là Đái Bậy.

- Đái Đường!

Tôi đau đầu khủng khiếp!

- Đường Tạp Bậy cái mòe gì, im cho em suy nghĩ có được không?

- Không! - Cả hai người đồng thanh đáp lại.

288

Tôi thật muốn đập đầu vào tường. Đúng lúc tôi đang cảm thấy mình như rơi xuống địa ngục thì nhận được điện thoại của mẹ. Tôi bắt máy ngay lập tức. Giọng mẹ bên đầu máy bên kia rất điềm tĩnh:

- Còn tiền tiêu không?

- Con ổn!

- Tốt!

Tôi nín giận nói tiếp:

- Con gặp mẹ được không?

- Được, làm gì?

- Con lấy giấy tờ nhà, mẹ đừng dồn bố đến con đường cùng.

- Mẹ dọn đồ mang đi vô tình mang luôn cả tập hồ sơ có giấy tờ nhà thôi. Cuối tuần qua chỗ mẹ lấy, địa chỉ nhắn tin sau.

Mẹ cúp máy, sau khi biết tôi vẫn sống ổn mà không cần chu cấp của mẹ. Trong lòng tôi trống hoác một mảng. Không muốn suy nghĩ gì nhiều nữa, tôi bảo Đái Bậy mua cho tôi hắn ba cốc chè rồi về nhà Linh ngồi ăn lần lượt cho đến thìa cuối cùng.

**

Đái Bậy và tôi như có duyên nợ. Không thể phủ nhận điều đó khi mọi móc xích trong cuộc sống của tôi đều chút ít liên quan đến anh ấy. Nhất là việc anh có thể giúp bố tôi khất nợ vài ngày cho đến khi tôi mang được giấy tờ nhà về. Tôi không còn tâm trí hỏi thăm chuyện tình cảm của Đái Bậy nữa. Tôi cảm thấy anh hiện giờ đang ổn hơn tôi rất nhiều. Vì vậy mà tôi phải băng bó cho vết thương của mình trước khi có thể giúp lành vết thương của người khác.

Tối hôm đó tôi trở về nhà, chẳng còn sợ hãi gì nữa. Tôi đã nhắn cho bố tôi sẽ gặp mẹ để lấy những gì bố cần. Và cũng tự nhủ rằng sau đó tôi sẽ sống tự lập mà không cần ai nuôi nấng hay lo lắng hết. Bố Tùng cũng chẳng có trách nhiệm phải nuôi tôi, tôi đâu phải con gái của bố. Còn mẹ thì tôi từ chối nghĩa vụ từ bà, giờ bà đã không còn là một người mẹ đúng nghĩa.

Nhà không có ai, điện tối om, vắng vẻ và lạnh lẽo. Tôi đi lên phòng, mở cửa ban công và trèo sang nhà Hoàng. Tôi muốn gặp Hoàng để hỏi những chuyện xảy ra mấy ngày gần đây. Cửa ban công phòng Hoàng mở, trong phòng điện cũng sáng nhưng không thấy Hoàng. Tôi mở cửa đi xuống nhà, thấy tiếng ồn ào phía dưới, hình như có nhiều người.

Hoàng đứng ngay chân cầu thang, tôi bước nhẹ và ngó xuống bếp, bác Ngọc đang ngồi khóc, vẻ mặt bác đau đớn như đang phải chịu đựng một chuyện buồn quá sức. Tôi bước xuống thêm bậc nữa và nhìn ra xa một chút, một người con trai tầm tuổi Hoàng, người thấp như Hoàng, mà không, trời đất, chuyện gì xảy ra vậy? Người con trai ấy giống Hoàng y đúc, coi bộ gầy hơn và để tóc khác kiểu nhưng từ mắt, mũi, miệng đều giống như hai giọt nước. Tôi dụi dụi mắt và nhìn lại một lần nữa. Không lầm! Cậu ta đứng trước mặt bác Ngọc, có vẻ bồn chồn lắng nghe, những tiếng cãi vã bắt đầu được xử lý trong não tôi:

- Chúng tôi nuôi nó cho chị hai chục năm trời, bao nhiêu tiền của công sức, giờ là con chị, tôi phải trả nó cho chị. Còn chị có suy có nghĩ thì trả chúng tôi công nuôi nấng nó từ bé dù nó không phải máu mủ của nhà chúng tôi.

Cái quái gì vậy? Tôi cố rướn người thêm chút nữa để nhìn rõ mặt hai người đang nói chuyện. Bác Ngọc lúc này kéo cậu thanh niên về gần và nhẹ nhàng vuốt tóc, lần tay lên từng đường nét khuôn mặt cậu ấy. Giống Hoàng thật! Gầy hơn Hoàng một chút thôi. Tôi nhớ lại chuyện người em song sinh của Hoàng bà nội đã từng kể và hiểu được phần nào những gì đang diễn ra. Hai người đàn bà gương mặt góc cạnh, một béo một gầy cứ luyên thuyên chẳng ai thèm đáp lời. Tôi cố móc nối những câu nói của họ để xâu chuỗi thành một câu chuyện mà khó quá, chẳng thể nào hiểu hết được cặn kẽ mọi thứ. Tiếng của Hoàng vang lên làm tôi giật mình.

- Mẹ con cháu xin em suốt mười năm nay các bác các chú không cho. Các bác giữ nó lại để chiếm mảnh đất mặt đường ông nội di chúc lại sẵn cho nó. Giờ ông mất rồi thì các bác mang em nó đến trả cho mẹ con cháu, như thế đã tệ lắm rồi, còn đòi cả tiền nuôi nấng nữa. Các bác nhìn xem, hai thằng sinh ra cùng nhau mà nó gầy gò ốm yếu, 20 tuổi đầu mà nhút nhát như con cáy, học chưa hết lớp 9 thì nghỉ, vốn sống không bằng học sinh cấp 2. Công nuôi dạy của các bác ở đâu?

Không gian im lìm, không ai nói được câu gì, bác Ngọc dường như xúc động khi nhìn thấy đứa con trai xa cách bấy lâu nay nên chỉ biết khóc và nắn tay nắn chân cậu ấy. Hoàng chỉ nói có thế rồi đứng lên giọng nghiêm nghị:

- Cháu mời hai bác về!

Tôi sợ bị nhìn thấy nên quay trở về nhà. Hôm nay tôi không gặp Hoàng được rồi, không thể nói ra những suy nghĩ trong lòng mình cho Hoàng nghe được rồi. Không biết bên nhà Hoàng còn xảy ra chuyện gì nữa. Tôi chỉ loáng thoáng thấy tiếng cãi vã một lúc nữa rồi im lìm. Đêm trở về trạng thái tĩnh lặng vốn có. Tôi buồn bã đi lên tầng thượng, ngồi co mình lại thả lỏng trong những dòng suy nghĩ không đầu không cuối.

Tiếng cạch cửa từ bên phía nhà Hoàng. Tôi vẫn ngồi im, bên nhà tôi không bật điện nên cũng khó nhận ra là có người. Hoàng tiến đến giữa khoảng trống của sân thượng bên ấy và ngồi bệt xuống, vị trí ngang với chỗ tôi. Gió đêm thổi hướng từ Hoàng về phía tôi, nghe đâu đó có vị nước mắt, vị chênh vênh, vị cô đơn, cả vị đau đớn không thể nói cho ai biết.

Tôi cầm điện thoại, mở soạn tin nhắn, đầu nghĩ gì viết nấy, rồi ấn nút gửi.

"Em nhớ anh! Thật lòng!"

Bên kia, Hoàng mở máy, đọc tin nhắn, đặt điện thoại xuống, im lặng.

Tôi nhắn tiếp: "Em thương anh! Thật lòng!", chính thức thừa nhận tình cảm của mình mà không chờ đợi người ấy thổ lộ trước nữa. Hoàng nhìn màn hình rất lâu. Tôi nhìn Hoàng rất lâu, nước mắt vô thức chảy. Điện thoại rung lên, tôi mở tin nhắn mới: "Vi chưa ngủ à?". Tôi nhắn lại: "Em thức cùng anh!". Lúc này Hoàng đứng dậy và nhìn sang bên nhà tôi, anh bật điện sân thượng nhà anh lên để nhìn tôi rõ hơn.

- Vi sao thế? Tôi bảo Vi không được về nhà cơ mà?

- Sao em nhắn tin Hoàng không trả lời?

- ...

- Em gọi điện Hoàng cũng không nghe nữa?

- Tôi tưởng Vi có nhiều người quan tâm, Vi tìm tôi làm gì?

Ngốc nghếch! Tôi gạt nước mắt, không thể nói gì tiếp. Dường như biết được mọi thứ chỉ là tự mình hiểu lầm, Hoàng lách người phía rìa nhà để trèo qua nhà tôi. Chúng tôi ngồi cùng nhau ngắm trời đêm, chẳng ai nói với ai câu nào. Tôi thấy cuộc đời tôi như đang dừng lại tại một thời điểm, thời gian như ngừng trôi. Hoàng lúi húi bấm điện thoại, sau đó điện thoại tôi rung lên tức thì: "Vi thương tôi thật chứ?". Tôi nhắn lại: "Thật!". Hoàng đọc tin nhắn, khẽ quay sang nắm lấy tay tôi rồi gục đầu vào vai tôi một cách mệt mỏi.

Tình yêu của tôi bỗng nhiên bình lặng như đã sắp lịch từ rất lâu, yên ả như mặt hồ không gió. Tôi sẽ ở bên Hoàng, che chở anh qua những cơn bão. Tình yêu nhiều khi chỉ đơn giản như thế thôi!

Chương 28

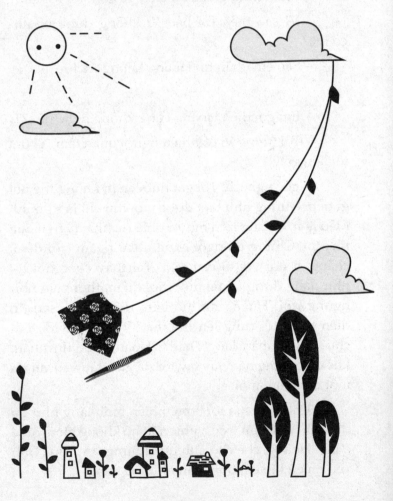

"Tôi cũng thương Vi, thật lòng!"

Cả buổi học ngày hôm sau tôi đọc đi đọc lại tin nhắn ấy của Hoàng, cười tủm tỉm suốt, thi thoảng quay sang thấy con Linh đang nhìn tôi với ánh mắt kinh hoàng.

- Lòng lợn tiết canh cái gì đấy? Mày có bình thường không thế Vi? Mày cười cả buổi sáng, mồm mày rách đến tận tai rồi đấy.

- Mày im đi! Biết gì mà nói.

- Ui zùi, bọn mới yêu đúng là cái bọn điên nhất trên đời. Trưa tao đưa mày về, tao ở cùng mày luôn cho đến khi gia đình mày giải quyết xong chuyện. Để mày ở một mình tao không yên tâm.

Linh luôn sát cánh bên tôi, chăm lo cho tôi một cách vô tư không đòi hỏi gì. Hưng thường qua lại nhà tôi và ác cảm của tôi với hắn cũng dần dần bớt đi, nhất là khi hắn cũng giúp đỡ tôi nhiều chuyện. Chúng tôi làm quen với em trai Hoàng, cậu ấy tên Nghĩa, trước sống cùng họ hàng bên nội bây giờ mới chuyển về sống cùng mẹ và anh trai. Câu chuyện nhà Hoàng tôi có kể qua cho Linh nghe từ trước nên Linh không ngạc nhiên lắm. Nghĩa hiền và ít nói, trầm tính hơn Hoàng, cậu ấy mang tâm lý em trai nên luôn xưng em dù chúng tôi kém tuổi.

Hoàng ổn hơn rồi, anh hay cười mỗi khi ở bên tôi. Trong những giấc mơ tôi trải nghiệm vài ngày vừa qua, tôi có thể cảm nhận được Hoàng đã tìm lại nụ cười của mình. Không còn chênh vênh lạc lõng trước những đổ vỡ trong cuộc sống nữa. Mỗi sáng thức dậy ra ban công tưới hoa, tôi lại nhớ đến bức ảnh châm ngòi cuộc chiến giữa hai đứa. Bức ảnh mà phải đến một tuần sau trên facebook anh vẫn còn là chủ đề hot cho bạn bè tôi và anh đàm tiếu. Nhớ cái khoảng thời gian mới quen khủng khiếp. Ước gì mọi thứ trở lại trọn vẹn và tinh khôi như lúc ban đầu.

***

Buổi sáng thứ sáu, vừa mở cổng đi học, tôi giật thót khi nhìn thấy bố Tùng nằm sõng soài ngoài cổng, áo quần bê bết máu. Tim tôi như nhảy khỏi lồng ngực chạy ra đến tận đường lớn. Tôi ngồi thụp xuống vỗ vỗ vào mặt bố, sờ mũi xem bố còn thở không. Còn thở. Tôi vạch mắt bố ra xem, bố ngất lịm rồi. Tôi run rẩy gọi Linh xuống, Linh vừa đi vừa ngáp đáp lại tôi, rồi nó cũng hoảng hồn khi nhìn thấy bố tôi như một cái xác nằm trước cổng. Hai đứa tôi cùng dìu bố vào nhà, đặt bố nằm lên ghế rồi đi lấy nước ấm rửa mặt và vết thương. Tôi không biết bố làm gì mà ra nông nỗi này.

Vì Linh gọi cho Hưng nên Hoàng cũng biết chuyện, anh trèo sang nhà tôi ngay lập tức. Nhìn thấy bố Tùng anh vội kéo tôi ra góc nhà thì thầm:

- Vi làm sao thế? Vi không sợ à?

- Nhưng mà em biết làm thế nào bây giờ ạ? Bố bị như thế này thì còn sức đâu mà đánh em.

- Anh không biết, nhưng anh không thích.

Hoàng nhăn trán nhìn tôi, tôi lấy ngón tay trỏ chạm chạm nhẹ vào chỗ trán nhăn ấy và cười. Đổ

296

ngốc! Mặt tên ngốc này lộ rõ sự đắn đo. Lòng tôi ấm lại khi thấy Hoàng như thế. Chỉ một cử chỉ nhỏ của Hoàng cũng khiến tôi vững tâm.

- Hình như mẹ thuê người đánh bố Hoàng ạ.

- Cái gì cơ? Sao lại thế?

- Em nghe bố nói trong lúc mê sảng thì là như vậy. Chỉ tại mẹ dồn bố vào chân tường nên bố mới hành động mất kiểm soát như thế. Em chưa bao giờ hiểu mẹ làm thế để làm gì. Nhưng em sẽ gặp mẹ để thương lượng. Mẹ từ em cũng được.

- Ừ... Vi cứ làm những gì Vi thấy đúng.

- Hoàng sẽ ở bên em nhé. Hoàng đừng bỏ rơi em.

- Sao anh lại bỏ Vi được. Nhưng mà... anh thấy em không sống với bố được đâu.

- Em đòi mẹ giấy tờ xe với nhà của bố. Rồi để bố đi chứ. Em đâu phải con gái bố mà giữ bố lại.

- Ừ. Giữ bố Tùng của Vi lại thì anh bị bệnh tim mà chết mất.

- Hoàng đừng thế nữa mà. Bố Tùng rất thương em.

- Ừ...

- Em cũng chẳng biết nói thế nào nữa. Thôi kệ đi Hoàng ạ. Đến đâu thì đến. Em cũng còn gì để mà mất nữa đâu.

- Vi nói gì thế? Thế còn anh?

Tôi mỉm cười, siết tay anh thật chặt thay cho câu trả lời. Hoàng biết không làm gì khác được, không thể đuổi bố Tùng đi được nên anh cứ ở lì nhà tôi với lí do "phòng khi bất trắc". Anh và Hưng còn lôi đâu được bộ tú lơ khơ, rủ Nghĩa và Linh ngồi chơi cho đủ chân, làm quang cảnh nhà tôi không khác gì sòng bạc. Bố Tùng ngủ đến trưa thì tỉnh dậy, nhìn thấy tôi và tô cháo trên bàn, bố khóc. Tôi lúng túng trước tình cảnh ấy, vội hỏi xem có đau ở đâu không, thấy khó chịu chỗ nào, liệu có gãy xương ở đâu không? Bố nói với tôi, thực tình bố cũng không muốn làm tới mức này, nhưng mẹ tôi đã kéo những sai lầm đi quá xa đến mức không thể cứu vãn được nữa. Tôi ngồi nghe bố nói, chỉ khẽ gật đầu. Đối với tôi, dù sai lầm như thế nào hay đến đâu thì vẫn phải sống, và cố sống cho thật tốt. Tôi an ủi để bố bớt hoảng loạn rồi đỡ bố ăn hết cháo, có sức lo công chuyện. Ngày mai tôi gặp mẹ rồi lấy giấy tờ về cho bố bán nhà trả nợ, tôi sẽ nhận làm thêm, thuê một căn phòng trọ nhỏ để sống, học nốt trung học, dự tính tương lai dù vẫn còn mù mịt, nhưng cuộc sống mà, phải không ngừng tiến về phía trước.

* * *

Chiều thứ bảy tôi gọi lại cho mẹ để hẹn gặp lấy giấy tờ nhà. Mẹ nói nhát gừng rồi nhắn tin địa chỉ cho tôi, mẹ đang ở trên An Dương Vương. Địa chỉ ngõ nhà tôi thấy quen quen là sao nhỉ, hình như đã từng tới một lần. Chiều vì không nhờ được xe máy Linh nên tôi đi xe ôm lên đó, bấm bụng xót tiền. Lối ngõ này rõ ràng là quen, lần trước tôi có tới cùng Hoàng một lần rồi Hoàng để tôi ở đầu ngõ và vào tìm bố. Tôi lần theo địa chỉ tới một ngôi nhà bốn tầng, trước cổng có hoa leo, sân có xích một con cún Nhật đeo nơ ở cổ. Tôi không dám bấm chuông nên gọi mẹ xuống mở. Mẹ nghe điện thoại bảo tôi cứ vào, cổng không khóa. Tôi thở dài thò tay qua ô vuông mở then cửa rồi đi vào trong. Đi qua một phòng trống vào phòng khách không có bóng ai, tôi đánh liều đi lên tầng trên, thấy tiếng người loáng thoáng trong một căn phòng đang hé cửa.

Mọi thứ xung quanh như tan chảy khi tôi nhìn vào đó.

Tim tôi đóng băng.

Mọi mạch máu trên người tôi như ngừng chảy.

Bố Hoàng trong đó!

Mẹ tôi trong đó!

Hoàng trong đó!

Và cuộc hội thoại của những người đứng trong căn phòng ấy khiến trái tim tôi vỡ tan...

- Khi tìm hiểu một người phụ nữ, ngoài nhan sắc ra bố không tìm hiểu gì thêm à?

- Ý con là...?

- Cũng không cần biết quá khứ của người ấy à?

- ...

Nghe giọng Hoàng là biết anh ấy giận dữ đến nỗi cũng chẳng cần biết bố có tổn thương hay không.

- Một người phụ nữ quan hệ bất chính rồi sinh ra một đứa con không phải của chồng. Một người phụ nữ bỏ mặc con mình để chạy theo hạnh phúc mới. Mà hạnh phúc gì chứ, chắc cũng ý định lừa đảo lợi dụng cả. Cướp đoạt tài sản của người khác mà không thấy xấu hổ. Khi bị đòi lại thì thuê người đánh.

- Hoàng! Con nói gì thế?

- À không. Loại người này thì không thể gọi là phụ nữ được. Bố có biết con gái cô Thi là ai không? Là Vi đấy bố. Bố đã thấy Vi bị đày đọa đến mức nào rồi phải không? Chính bố đã tận mắt chứng kiến con gái cô ta khổ như thế nào phải không? Còn cô ta ở đây sống sung sướng trong cái tình yêu dối trá. Diễn giỏi thật. Cái loại đàn bà này còn không xứng được gọi là người thì đúng hơn. Con không hiểu sao người mình thương yêu lại được sinh ra bởi loại đàn bà như thế này.

Tôi ngã khuỵu xuống, nước mắt tràn ra như mưa. Tim tôi đập mạnh liên hồi, phải lấy tay giữ lại.

- Em còn có con gái à Thi?

- Em định giới thiệu nó cho anh chiều nay.

Nhảm nhí. Vớ vẩn. Mẹ không thấy một chút gì xấu hổ sao mẹ? Mẹ còn biết đến con trên đời sao?

- Chứ không phải định dối trá đến phút cuối cùng à?

Hoàng vẫn buông ra những lời khiến tôi đau đớn. Tại sao vậy anh? Tại sao một người có tình yêu thương rộng lớn như anh lại có thể nói được những lời nhẫn tâm vậy anh? Anh nói rằng người anh yêu được sinh ra "bởi loại đàn bà này" sao? Đó là điều mà em được chọn lựa à?

- Hoàng! Hôm nay con uống rượu ở đâu đấy?

- Con chẳng uống gì cả. Bố muốn kiểm chứng thì tự bố làm đi. Con về.

- Hoàng! Khoan đã!

Tôi vội đứng dậy, hai tay lau thật nhanh nước mắt. Khi cánh cửa mở toang ra cũng là lúc tôi chạm thẳng vào đôi mắt Hoàng, điềm tĩnh và chờ đợi phản ứng từ anh.

- Vi? Em đến từ bao giờ thế?

- Anh đừng nói gì nữa.

- Anh...

- Đừng nói nữa!

Im lặng. Tôi đi qua Hoàng vào trong phòng. Lạnh lùng đến trước mặt mẹ.

- Mẹ đưa giấy tờ cho con để con về!

Tất cả mọi chuyện diễn ra trong vòng chưa đến 15 phút. Mọi hạnh phúc ảo tưởng của những con người ở đây đều tan theo nước mắt. Chẳng biết trách ai. Chỉ trách ta gặp nhầm người. Tôi xuống cổng vẫn thấy Hoàng đứng đợi. Dù sao thì cũng hết tiền đi xe ôm về rồi, tôi tính đến xin tiền mẹ nhưng không thể làm thế nữa. Đành bước ra cổng, lên xe về cùng

Hoàng, không nói một lời nào hết. Hoàng đèo tôi về trong im lặng, giữa hàng ngàn hàng vạn tiếng ồn ào của thành phố lúc tan tầm.

Tôi vốn không tin vào sự sắp đặt của số phận, không tin vào những câu chuyện hoang đường. Vậy mà giờ đây chẳng có cách nào để chối bỏ, khi mình trở thành nhân vật chính trong câu chuyện hoang đường ấy.

***

Tôi nói lời chia tay vào ngày hôm sau. Một tin nhắn đơn giản lắm. "Làm ơn bước ra khỏi cuộc sống của tôi". Và hai đứa phải tự hiểu, cả hai không còn là gì trong nhau nữa.

Có lẽ Hoàng đã chuẩn bị sẵn tinh thần chờ đợi một kết cục chẳng mấy tốt đẹp. Anh chỉ nhắn lại vỏn vẹn ba từ: "Xin lỗi Vi!". Tôi khóc nức bên những nhánh tường vi, trái tim như bị cắt thành trăm mảnh, đau đớn đến từng tế bào.

Tôi trải qua những ngày tháng khủng khiếp nhất của tuổi trưởng thành. Nhà sắp phải bán để bố trang trải nợ nần, giữ chút vốn sớm gây dựng lại cuộc sống. Kỷ niệm 17 năm cuộc đời của tôi rồi phải trao vào tay một gia đình khác. Thật không khỏi đau lòng khi nghĩ tới điều đó.

Tôi xin ở nhà Linh một thời gian để tìm phòng trọ. Ngày cuối cùng ở nhà cũ, hình như Hoàng biết được tôi sẽ chuyển đi vào ngày mai, anh trèo sang ban công phòng tôi và gọi. Tôi ngồi im không nhúc nhích, không đáp lời. Hoàng gõ cửa một cách kiên nhẫn, như sẽ chờ đến lúc tôi ra mở cửa thì thôi. Đợi khoảng 15 phút vẫn thấy Hoàng lì lợm đứng ngoài đó, tôi với tay mở chốt. Tôi đứng trong phòng, Hoàng đứng ở cửa, cách nhau chỉ một cánh tay, mà tại sao trông anh xa thế.

Tôi nhìn Hoàng lạnh lùng không cảm xúc. Dù có thương đến đâu, việc Hoàng xúc phạm mẹ tôi, khinh thường hoàn cảnh gia đình tôi, tôi không thể nào chấp nhận được.

- Anh rất nhớ em!

- Thì sao?

- Anh không níu kéo gì đâu. Chỉ là lúc này anh không điều khiển được cảm xúc.

- Ờ!

- Anh rất yêu em!

- Tôi không xứng đáng đâu, anh nên yêu một người con nhà gia giáo hơn tôi.

- Em nghe anh nói này, anh biết mình không có đủ tư cách để giải thích những lỗi lầm của anh. Nhưng tất cả chẳng phải do anh bị cảm xúc chi phối quá nhiều sao? Tại sao yêu mà em không thể hiểu cho anh điều đó? Em luôn bắt anh hứa đừng bỏ rơi em. Thế mà cuối cùng người bị bỏ rơi lại là anh?

Tôi không đáp lại một lời. Chỉ lặng yên đứng trong căn phòng lạnh lẽo của chính mình.

- Cuối cùng thì vì lí do gì chứ? Em và anh đâu có ngăn cách gì đến mức phải chia tay thế này? Đâu phải anh em ruột, đâu phải bị ngăn cấm? Chỉ vì có người muốn tan vỡ. Tại sao tình yêu không đủ lớn để xóa đi những lỗi lầm tầm thường và không đáng giữ? Tại sao hả Vi?

Anh còn dám nói những lời đó sao Hoàng? Tức giận đến đỉnh điểm, tôi đẩy Hoàng ra khỏi phòng và nói gần như hét:

- Vì tôi không muốn yêu một người như anh đấy, sao không? Tôi sinh ra bởi loại đàn bà gì? Thì sao nào? Còn anh? Anh đã bao giờ nhìn lại anh chưa? Bố anh là loại người gì? Bỏ mặc vợ với hai đứa con cho họ hàng hành hạ chà đạp, bố anh có bao giờ đứng ra bảo vệ mẹ con anh chưa? Buông bỏ vợ mình, hai đứa con trai của mình đi theo đuổi một người đàn bà khác, giống nhau cả thôi, anh chửi mẹ tôi là loại người gì thì anh nên ngẫm lại xem bố anh là loại người gì trước đã. Chính loại người không thể bảo vệ vợ con mình mới là loại vô liêm sỉ nhất trên đời này.

Hoàng mất bình tĩnh lao đến bên tôi bất ngờ tới mức tôi không kịp phản kháng. Anh tìm môi tôi trong nửa phần tủi hận, nửa phần giận dữ. Tôi cảm nhận được điều duy nhất trong lúc này Hoàng muốn là chiếm lấy tôi. Môi tôi nóng ấm trượt qua môi anh ướt át. Tôi lấy hết sức mình đẩy Hoàng ra, Hoàng đứng nhìn tôi, sẵn sàng chờ đợi một cái tát nảy lửa. Nhưng không gì cả. Tôi đẩy Hoàng ra ban công và đóng rầm cửa lại. Bỏ mặc Hoàng một mình bên giàn tường vi. Gió đêm thốc lạnh đến thấu xương.

Chương 29

Tôi chuyển đồ sang ở cùng Linh, duy trì việc học và làm việc ở mức độ vừa phải để không ảnh hưởng đến sức khỏe. Không còn cười nói nhiều như trước, tôi trầm tính và khép chặt mình, chỉ còn chơi với Linh và Nhật ở lớp. Câu chuyện về Nhíp Hôi ngồi ban công nhổ lông nách cùng anh chàng Quần Đùi Hoa lui vào dĩ vãng, không còn ai trêu đùa hay nhắc lại. Chỉ có tôi thi thoảng vẫn nghĩ tới và thấy tim mình run lên một nhịp.

Hoàng mất tích! Tôi sang thăm bác Ngọc chỉ thấy Nghĩa ở nhà. Nhìn khuôn mặt hao hao giống Hoàng mà nhói đau trong lòng, nhờ Linh dò hỏi Hưng thì Hưng nói Hoàng bỏ học cả tuần không thấy. Sau đêm hai đứa cãi vã, tôi thức trắng để suy nghĩ về những lời nói của mình. Chúng tôi đã quá sai lầm khi đem nỗi đau của nhau ra dằn vặt thêm rất nhiều như thế. Nếu yêu nhau, chúng tôi nên hiểu và thông cảm cho nhau mới phải, cùng nhau gạt đi những khúc mắc để đi về phía hạnh phúc. Liệu chúng tôi có thể quay lại không nhỉ?

Một buổi sáng trời lạnh, Đái Bậy bỗng nhiên đến đón tôi đi học. Tuy vẫn thường xuyên nhắn tin hỏi thăm nhau nhưng anh luôn làm những điều không báo trước khiến người ta bất ngờ. Chuyện tình yêu từng rất đẹp giữa anh và Củ Cải đã kết thúc, anh lấy lí do là không có duyên, hoặc có duyên mà không có phận. Lí do nhẹ tênh nhưng tôi thấy trong lòng anh hẳn đã đau lắm. Cuộc đời này chúng ta có thể gặp được bao nhiêu người? Có thể vì bao nhiêu người mà khóc, mà cười, mà đau khổ?

- Cái người mà khiến mình khóc, cười, đau khổ ấy em, chỉ có thể là người mà ta yêu thôi.

- Ai chả biết, nói nghe thừa !

- Em dạo này láo nhỉ?

- Ờ đấy!

Đái Bậy đưa tay vò tóc tôi, tôi tránh rồi cười hỏi:

- Thế anh đến gặp em vì cái gì đấy?

- Hỏi thăm xem bố em khỏe hơn chưa?

- Cái gì? Sao anh biết bố em bị đánh? Em có kể với anh đâu?

- Ủa sao không biết, đánh bố em là người nhà anh mà!

- Cái gì?

- Ủa chứ em nghĩ ai đánh? Đòi nợ thi thoảng phải đánh chứ sao. Bố em còn định bắt cóc cháu anh đấy, còn nhớ đứa bé hồi xưa em bắt nạt ở BigC không?

Rồi, rồi, tôi và Đái Bậy hẳn là duyên nợ.

- Sao người nhà anh lại làm vậy? Sao lại đánh bố em ra nông nỗi thế?

- Nông nỗi nào? Như thế là còn nhẹ ấy, nếu không tính chuyện ông ta đánh em thâm tím mặt mày sứt đầu mẻ trán, anh còn tương cho mấy phát nữa.

- Hả? Anh cũng đánh bố em hả?

- Ờ đấy!

Tôi dừng hẳn lại, tháo cặp phang Đái Bậy liên hồi. Đồ xã hội đen, đáng ghét! Dám đánh bố tôi, làm tôi hiểu lầm mẹ nữa.

- Dừng lại, này nhé, anh xin ông anh anh chậm nợ cho bố em đấy nhé, đừng lấy oán báo ân. Anh đánh vì bố em ngu thôi, lôi trẻ con vào chuyện người lớn.

- Đấy là lí do hả?

- Trong khi mất thời gian uýnh anh, em đi tìm lại nụ cười cho mình đi.

Tôi dừng lại, sao lại có loại người cái gì cũng biết thế nhỉ? Kể cả tâm trạng tôi ra sao Đái Bậy cũng như đang nhìn thấu được.

- Đấy, đấy là lí do hôm nay anh đến gặp em. Đừng sống như thế nữa, không giống em chút nào. Vui vẻ đi, phởn đi. Mới 17 tuổi thôi, có phải bà già 71 ngồi đợi ngày quy tiên đâu.

- Được rồi, em sẽ cố!

- Chả ai cố để vui cả. Vui thì cứ vui đi! Xem nào, còn mắt mũi chân tay đầy đủ, mà còn xinh xắn nữa, lại được đi học. Buồn cái khỉ gì? Còn đang rối ở đâu thì gỡ ở đó. Gớm, cứ làm như san núi lấp biển không bằng. Mà san núi lấp biển thích thì cũng làm được, miễn là mình còn sống.

- Anh là đàn ông mà nói nhiều vãi!

- Nghe anh đi, chứ nhìn mặt mũi ủ dột mãi thế anh ngứa mắt.

Mới câu trước Đái Bậy còn trưng bộ mặt thê thảm tâm sự với tôi rằng: "Chúng ta đã đủ lớn để biết được rằng trong cuộc sống này tình yêu không phải là tất cả" khi tự an ủi cho chuyện tình của mình và Củ Cải, thì câu sau anh đã vội phủ nhận câu triết lý đó. Tôi và anh lúc nào cũng vậy, những đứa trẻ đang lớn tự khuyên nhủ nhau, chửi rủa nhau, đẩy nhau tiến về phía trước.

Di tìm lại nụ cười của mình ư?

Tôi hẹn gặp mẹ ngay buổi chiều hôm ấy, nói hết những gì giấu trong lòng từ lâu. Không hiểu sao tôi có đủ tự tin để khẳng định rằng tôi có thể sống tự lập mà không có mẹ dù tôi hiểu và cảm nhận được cuộc đời này đầy rẫy những khó khăn và bất trắc. Mẹ chỉ ngồi với tôi một lát rồi lại phải đi, mẹ không có nhiều thời gian dành cho tôi - kỷ niệm của một cuộc tình lầm lỡ trong quá khứ của mẹ. Tôi cũng không muốn bận tâm nhiều đến chuyện tình cảm riêng tư của mẹ nữa. Bố Hoàng tôi không chắc ông có phải là một người đàn ông tốt, nhưng có lẽ cũng không xấu. Mẹ tôi năm nay mới 39 tuổi, vẫn chưa muộn để làm lại nếu trái tim mẹ vẫn còn trẻ.

Tôi có thẻ ATM mới, đăng ký bằng tên tôi, kích hoạt cả internet banking để tiện theo dõi tài khoản. Trong thẻ đã có sẵn một số tiền để tôi trang trải cuộc sống trong bước đầu tự lập.

Nhật ký của tôi được đánh dấu đậm một ngày, ngày hôm nay, ngày tôi chính thức rời vòng tay của mẹ!

***

Cuối tuần, tôi bắt xe về với bà nội, bà nội của tôi và Hoàng! Tôi không rõ Hoàng có đang ở đó không, nhưng trong lòng tôi lúc này chỉ muốn được bình yên tại một thế giới tách biệt hoàn toàn với thành phố mà tôi đang sống.

Con đường từ thị xã vào làng vắng vẻ không một bóng người. Hai bên đường sen đã tàn từ lâu, mặt hồ phẳng lặng màu trời. Phải đi bộ hơn 15 phút tôi mới rẽ được vào đường nhỏ về nhà bà nội. Quang cảnh vắng lặng thấy sợ, không một tiếng động gì ngoài tiếng gió và chim chóc. Cảm giác không ổn trong lòng nên tôi định chạy nhanh hơn để chóng về tới nhà thì đột nhiên bị kéo mạnh vào một cổng nhỏ nhà bên đường. Tôi giãy giụa định thần lại thì nhìn thấy con Huyền Cóc đưa tay lên miệng suỵt suỵt:

- Mày về một mình à? Sao không tháo mũ áo với khẩu trang ra?

- Làm cái gì? Trời thì nắng.

- Chúng nó đang phục kích ở đằng trước kia kìa, mày là người lạ thế nào cũng bị ném cứt trâu đấy.

Tôi giằng tay con Huyền ra, đứng xốc lại áo.

- Kệ tao! Không đứa nào dám ném tao đâu.

- Hôm trước thằng Hoàng về bị chúng nó ném vào đống rơm, lột hết quần áo rồi đem treo ở kho hợp tác xã. Mày muốn bị thế không? Ăn mặc kiểu gì đây? Như con trai thế này, mấy cái váy lần trước của mày đâu?

310

- Tóc mày mọc rồi à? - Tôi ngắm nghía cái đầu của con Huyền, hỏi một câu rõ lạc đề.

- Đấy là tao còn cắt bớt rồi đấy.

- Thế mày làm gì ở đây?

- Bọn tao mai phục ở đây, người quen thì huýt gió cho chúng nó biết để chúng nó không ném.

- Mày không phải huýt. Kệ tao.

Nói xong tôi mở ba lô đưa cho mấy dứa con gái đang núp ở sau tôi đống kẹo. Con Huyền giật mấy cái kẹo đẹp nhất rồi dọa tôi:

- Rồi, tao sẽ không huýt, nhưng mày tháo khẩu trang tháo mũ ra, nhìn mày như con trai, chúng nó không tha đâu.

Tôi lì lợm không nghe, không tin là bọn thằng Giới lại không nhận ra tôi. Tôi hùng dũng tiến về phía trước, mắt không quên để ý vật thể lạ từ hai bên đường.

Ở trước mặt tôi, hàng râm bụt nhà bà hiện ra rõ nét. Chỗ ấy Hoàng từng đứng chọn từng bông hoa cho tôi ngậm cảm nhận vị ngọt của mật. Tim tôi lại run lên một nhịp.

Con Huyền nói cấm có sai. Một nắm gì tròn tròn phi "bộp" vào đầu tôi rồi bắn ra tung tóe trên mặt đường. Tôi tháo mũ cúi xuống nhìn. Là bùn chứ không phải cứt trâu. Lũ mất dạy! Tôi tháo vội khẩu trang ra nốt thì thấy thằng Giới từ lùm cây vọt ra hét:

- Không phải địch, không phải địch, Vi đấy, Vi đấy!

Không kịp, một nắm nữa đen thùi lùi ngược từ phía nắm lúc nãy lại phi vút ra. Thằng Giới đẩy tôi mạnh về đằng sau ngã chổng vó. Nó hứng trọn nắm cứt trâu thật vào mặt. Tôi đứng phắt dậy xem, thấy mặt thằng bé đen như chó thui, hai mắt với mồm mở ra là trắng, còn lại cứt trâu nhoe nhoét khắp mặt và cổ.

- Chơi gì mà bẩn như chó vậy????

Tôi vừa quát vừa lau mặt cho thằng Giới trong khi nó lèm bèm chửi:

- Bố đã bảo không phải địch rồi còn ném vào mặt bố.

Lũ trẻ túa ra từ mấy bụi cây bên đường. Bọn con gái chạy từ đằng sau tới, đứa nào đứa nấy cười ha hả ra vẻ tao đã nói rồi mà mày không nghe. Thằng Giới cố gắng phì phì miệng để cứt trâu không dính vào mồm. Tôi vừa lau cho nó vừa cười. Lũ trẻ xúm quanh, mỗi đứa trêu một câu về hành động anh hùng tiêu chảy cứu mỹ nhân của thằng Giới. Tay tôi đột nhiên dừng lại khi nghe thấy một giọng nói quen thuộc:

- Vi à?

Tôi ngước mắt về phía vừa phát ra giọng nói ấy, thấy Hoàng, cởi trần, quần đùi hoa quen thuộc, tay còn cầm đôi đũa cả - có lẽ đang nấu cơm cho bà. Tôi đứng dậy nhìn Hoàng chằm chằm. Khuôn mặt ngạc nhiên của Hoàng chứng tỏ anh đang cố định thần xem có đúng là tôi hay không, có đúng là tôi một thân một mình về đây tìm anh hay không.

- Vi về làm gì vậy?

Một câu hỏi tường minh cho việc tôi không hề được chào đón.

- Thằng này kì vậy, nó về chơi với bọn tao được không? Chia tay mày chia tay bọn tao quái đâu.

Thằng Học bá vai tôi dắt đi. Ra vậy. Đến lũ trẻ cũng biết chuyện chúng tôi không còn được như trước. Tôi đi theo thằng Học vì chẳng có ai để bám víu ở nơi này nữa. Nó đưa tôi vào thẳng bếp bà nội. Bà nhìn thấy tôi vội ra đón, vuốt tóc và nắn nắn tay tôi. Tôi khẽ chào bà, tiếng chào nhỏ tí bị át đi vì cố kìm nén tiếng nấc trong lòng.

Có gì đó trống hoác ở sâu tận trái tim này.

Có lẽ chúng tôi cần một thời gian nữa mới đủ dũng cảm để đứng trước mặt nhau, gạt bỏ mọi khó khăn cách trở để yêu nhau bằng tất cả những gì mình có.

***

Đêm hôm ấy thằng Học sang ngủ với Hoàng, tôi ngủ với bà nội, thủ thỉ kể cho bà nghe chuyện Nghĩa đã về ở với mẹ và cậu ấy khỏe mạnh ra sao. Bà nội vui lắm. Đi hết gần một đời người, chỉ mong con cháu được đầm ấm bên nhau. Tôi ôm bà hít hà mùi tuổi già. Ngoài chõng tre, Hoàng và Học vẫn thì thầm những câu chuyện của đàn ông với nhau. Tôi định bụng sớm ngày mai sẽ về lại thành phố.

Dự định của tôi bị hủy. Vừa tỉnh dậy lũ trẻ đã đợi đẩy ở sân để dẫn tôi đi chơi. Bọn con trai bá cổ

Hoàng, lũ con gái nắm tay tôi rồi cùng đi với nhau. Cũng lạ thật, bọn này từ bao giờ đã đứng về cùng một phe với nhau thế này?

- Dạo này bọn làng bên suốt ngày sang đồng làng mình bẻ trộm ngô.

- Thế nên chúng mày trai gái tự nhiên đoàn kết thế này hả? - Tôi hỏi đểu.

- Ờ, khi nào hết trộm cắp thì chúng tao lại quay sang đánh nhau.

Cả lũ lại cười, mà coi bộ chúng nó nói thật. Chúng tôi lên đê, cả lũ chơi trốn tìm, một đôi đứng nhắm mắt cho cả lũ chia từng đôi đi trốn. Bọn trẻ cố tình đùn đẩy để tôi với Hoàng thành một đôi. Thằng Giới và con Ốc đứng nhắm mắt. Tôi ngại nên cứ lù đù không biết phải đi như thế nào thì Hoàng kéo tôi về phía mấy ụ đất cao và ngồi nấp ở đó. Chúng tôi đều im lặng không ai biết nói với ai câu nào. Mãi sau Hoàng mới lên tiếng hỏi tôi:

- Dạo này Vi ổn không?

- Không. - Tôi trả lời nhanh và rõ ràng.

- Sao vậy Vi?

- Không có anh!

Chúng tôi lại lặng im thêm một lát nữa.

- Anh xin lỗi! Thời gian xa em anh cũng không thể sống bình thản được. Nhưng anh nghĩ như thế này tốt hơn cho chúng ta.

- Như thế nào? Tại sao?

- Chúng ta không nên yêu nhau. Chúng ta quá khác nhau. Em xứng đáng tìm được một người tốt hơn anh, gia cảnh tốt hơn anh, bố mẹ họ hơn bố mẹ anh.

Dường như lại chạm vào nỗi đau, Hoàng đứng phắt dậy và đi về phía làng. Tôi nén hết nổi rồi nên chạy theo và kéo Hoàng lại:

- Không nên yêu nhau là sao? Là như thế nào? Anh có biết tình yêu là gì không? Yêu là không bao giờ so sánh ai hơn kém, nắm tay nhau mà vượt qua khó khăn thử thách chứ không phải trò Tìm 5 điểm giống nhau giữa hai bức tranh mà anh lấy lí do chúng ta khác nhau. Anh chọn người để anh yêu hay chọn người cho bố mẹ anh yêu mà lôi cả phụ huynh vào câu chuyện của chúng ta? Anh nói thẳng là anh hèn nhát đi. Đừng viện cớ này nọ.

Hoàng quay ngoắt lại nhìn vào mắt tôi và hét trả:

- Đúng! Tôi hèn nhát đấy, em đi tìm người nào dũng cảm hơn mà yêu. Em yêu tôi làm gì.

Tôi chưa kịp phản ứng thì mới nghe bọn trẻ hét lên: "Vi ơi đứng lại, chỗ đấy là bẫy" đã thấy tối tăm mặt mũi ngay sau đó. Tôi bị thụt xuống một cái hố phân bọn trẻ đào để bẫy bọn xóm bên sang đây ăn trộm. Tôi lồm cồm bò lên, miệng không ngừng nguyền rủa. Tôi về đây làm cái quái gì chứ, ngày một ngày hai ăn nguyên từ cứt trâu đến cứt bò, còn bị thứ lí lẽ đần độn của tên Hoàng ngu ngốc đáng ghét khiến cho sôi máu.

Hoàng hốt hoảng kéo tôi dậy, miệng liên tục hỏi:

- Vi sao không? Dưới hố đó có cọc với chông gì không? Ai bảo Vi về đây làm gì. Thối quá, cha cái lũ này, ủ cứt cả năm rồi hay sao í.

Tôi đẩy Hoàng ra, khóc nức nở:

- Tôi về đây vì sao Hoàng biết không? Nhà tôi bán rồi, chưa tìm được nhà mới, bố mẹ tôi mỗi người một đường, tôi không còn nơi nào để đi cả. Nhưng tôi không ngờ kể cả nơi này cũng chẳng chào đón tôi. Giờ Hoàng để tôi đi. Chúng ta chia tay, tôi chấp nhận điều đó là sự thật rồi, không mảy may níu kéo gì nữa đâu.

- Vi đi đâu, Vi ở đâu?

Tôi đập mạnh vào ngực Hoàng, bao nhiêu ấm ức cứ thế ào ra:

- Đồ tồi, ở trong trái tim này này, tôi những tưởng luôn có tên tôi trong đó, hóa ra không phải. Tôi nhìn lầm người!

Nói rồi tôi chạy về, mắt vẫn hoa lên vì cú ngã lúc nãy. Tôi hướng về phía gốc cây sung để tạm dựa vào đó nghỉ. Chân vẫn lấm toàn phân là phân. Hoàng chạy ngay sau tôi, bắt được tôi khi tôi vừa tới gốc sung.

- Sao em ngốc thế? Tôi có gì tốt đâu. Chẳng giàu có cũng chẳng học hành tử tế. Em theo tôi làm gì?

- Vì tôi thương anh đấy, tôi thương anh tôi mới thế đấy. Anh hiểu không? Đồ ngu!

Nói xong câu đó, chẳng biết tôi nghĩ gì hay do hoa mắt mà đầu đập mạnh vào gốc cây. Hoàng hoảng hồn giữ tôi lại, vừa giữ vừa dỗ: "Anh hiểu rồi, anh biết rồi, anh yêu Vi mà, đừng làm anh sợ!". Tôi gắng lấy sức đập thêm lần nữa cho mình tinh hẳn, nhưng không thấy tinh, chỉ thấy quanh đầu toàn sao là sao rồi lịm đi.

Phần kết
ở nơi ngập tràn nắng

Tôi ốm!

Trận ốm đến bởi cả thể xác mệt mỏi lẫn tâm lý. Linh nói đứa trẻ nào đến tuổi trưởng thành cũng đều như vậy, trải qua một lần lột xác để đón nhận những điều mới mẻ cuộc sống tặng cho mình. Linh và Hưng phải về quê Hoàng đón tôi sau tai nạn ấy. Trong những cơn sốt, tôi vẫn lơ mơ cảm nhận được bàn tay sần sùi những vết chai của bà nội đắp khăn lên trán cho tôi. Bà dúi cho Linh nắm lá thuốc để về thành phố Linh sắc cho tôi uống. Tôi nằm mê man khoảng một tuần thì tỉnh. Khi những tia nắng đầu tiên của ngày mới len vào phòng qua tấm rèm cửa mỏng, tôi cảm giác như mình vừa được sinh ra một lần nữa.

Là phòng ngủ của Linh, bình hoa cúc - loài hoa Linh thích đặt bên cửa sổ khiến lòng tôi dịu nhẹ! Qua những cơn ác mộng, những gì gần gũi thân quen dễ giúp người ta thấy ấm áp.

Hoàng ngồi kể bên, ngay cạnh tôi. Tôi mỉm cười thay cho lời chào. Mãi sau này khi đã khỏe lại, tôi mới được nghe kể chuyện Hoàng bị bọn trẻ đè ra đánh cho một trận vì tội đối xử không tốt với tôi, rồi bị Linh và Hưng đánh thêm trận nữa khi thấy tôi thương tích khắp người. Tôi thấy từ khi quen tôi, cuộc đời Hoàng bước hẳn sang một trang mới, đen phải nói là hơn cả than.

- Dạo gần đây tim anh rất hay bị đau. Nó cứ bị nhói lên! Anh nghĩ rằng Vi cũng hay như thế, dễ bị như thế! Phải không?

- Vì chúng ta đều là người suy nghĩ nhiều. Em sợ những khoảnh khắc đó cực. Cảm giác một nỗi đau vô hình đang bủa vây lấy mình. Anh cũng vậy phải không? Khoảnh khắc nghĩ về một điều gì mà trái tim chợt nhói đau. Chúng ta đều vậy. Cứ trải qua những khoảnh khắc ấy em lại hiểu tại sao em lại yêu anh, tại sao anh yêu em. Tại sao chúng ta yêu nhau? Vì chúng ta tìm thấy một miền bình yên và cảm giác an toàn dài lâu để xua hết đi những khoảnh khắc bất chợt nhói đau ấy. Em không biết nó sẽ duy trì được đến đâu. Nhưng mong nó mãi thế này. Em nhìn gương bố mẹ em sợ lắm Hoàng ạ! Khi yêu con người ta có thể điên cuồng như thế nào thì khi chán ghét lại hờ hững dằn vặt nhau gấp bội. Em luôn đặt mình vào vị trí của mẹ anh, mẹ em để hiểu được nỗi khổ đó. Em đã buồn quá nhiều rồi và đủ lắm rồi, tới giới hạn không thể chịu đựng thêm được nữa.

Em sẽ cố gắng chỉ sống với tình yêu của chúng mình. Những thứ bên lề với em chẳng còn ý nghĩa gì cả. Em cần anh cho những phút yếu lòng, thất vọng về cái gì, thất vọng về ai đó. Vì đơn giản em chẳng còn ai, chỉ còn anh!

Sau bao nhiêu chuyện đã xảy ra, hãy ở bên em, nắm tay em, có được không?

Hoàng khẽ ôm tôi. Mọi thứ kìm nén trong thời gian vừa qua như vỡ òa trước mắt. Tôi đặt tay lên ngực Hoàng. Trái tim không còn đập những nhịp sợ hãi. Cuối cùng, sau bao chuyện xảy ra, tôi vẫn ở đó, ở nơi tôi cảm thấy bình yên nhất.

"Kể cả khi chưa hiểu một người, ta vẫn có thể yêu người ấy. Yêu hoàn toàn, dù hiểu chưa trọn vẹn."

Mục Lục

NHÀ XUẤT BẢN VĂN HỌC

18 NGUYỄN TRƯỜNG TỘ - BA ĐÌNH - HÀ NỘI
Điện thoại: 04.37161518 - 04.37163409. Fax: 04.38294781
Website: www.nxbvanhoc.com - www.nxbvanhoc.vn
Email: tonghopvanhoc@vnn.vn
Chi nhánh tại Tp. Hồ Chí Minh
290/20 Nam Kỳ Khởi Nghĩa - Quận 3
Điện thoại: **08.38469858** * Fax: **08.38483481**
Văn phòng đại diện tại thành phố Đà Nẵng
344 đường Trưng Nữ Vương - thành phố Đà Nẵng
Điện thoại - Fax: **0511.3888333**

"Cuộc chiến giữa Nhíp và Quần đùi hoa"

Chịu trách nhiệm xuất bản
NGUYỄN ANH VŨ

Biên tập: Nguyễn Thu Hà
Bìa: Khánh Trần
Trình bày: Thanh Minh
Sửa bản in: Hà Thu

Liên hệ phát hành:
Tại Hà Nội: Số 50, đường 5, An Dương, Tây Hồ, Hà Nội
Điện thoại: 04. 3717 2838 - Fax: 04. 3717 2838
Tại Thành phố Hồ Chí Minh: Số 8 Nguyễn Bỉnh Khiêm,
P. ĐaKao, Quận I, Tp. Hồ Chí Minh
Điện thoại: 0866 790 955

In 3.000 cuốn, khổ 13x20,5cm, tại Công ty CP In Viễn Đông.
Số ĐKXB: 1269-2014/CXB/60-92/VH
Số QĐXB: 974/QĐ-VH. ISBN: 978-604-69-3229-1
In xong và nộp lưu chiểu năm 2014.